കാണ്ഡം സിദ്ധാന്തം

quantum theory

•

dr. m n sreedharan nair

•

first edition
february 2015

•

second edition
march 2017

•

second impression
january 2021

•

typesetting & *published*
chintha publishers, thiruvananthapuram

•

cover
midas

വിതരണം

ദേശാഭിമാനി ബുക്ക് ഹൗസ്

H O തിരുവനന്തപുരം–695 035
phone: 0471-2303026, 6063026
www.chinthapublishers.com
chinthapublishers@gmail.com

ബ്രാഞ്ചുകൾ

ഹെഡ്ഡാഫീസ് ബ്രാഞ്ച് കുന്നുകുഴി • സ്റ്റാച്യു തിരുവനന്തപുരം • കെ എസ് ആർ ടി സി ബസ് സ്റ്റേഷൻ ആലപ്പുഴ • കെ എസ് ആർ ടി സി ബസ് സ്റ്റേഷൻ എറണാകുളം • മച്ചിങ്ങൽ ലെയിൻ തൃശൂർ • ഐ ജി റോഡ് കോഴിക്കോട് • മാവൂർ റോഡ് കോഴിക്കോട് • എൻ ജി ഒ യൂണിയൻ ബിൽഡിങ് കണ്ണൂർ • സെൻട്രൽ ബസ് ടെർമിനൽ കോംപ്ലക്സ് താവക്കര കണ്ണൂർ

CR - VV - 115 / 1637 / 4162
ISBN - 978-93-85018-51-0

ക്വാണ്ടം സിദ്ധാന്തം

ഡോ. എം എൻ ശ്രീധരൻനായർ

ചിന്ത പബ്ലിഷേഴ്സ്
തിരുവനന്തപുരം-695 035

ഡോ. എം എൻ ശ്രീധരൻ നായർ

മാവേലിക്കരയിലെ ചുനക്കരയിൽ ജനിച്ചു. പിതാവ്: നാരായണൻ നായർ. മാതാവ്: ഗൗരിഅമ്മ.

ചുനക്കര ഗവ. ഹൈസ്കൂൾ, പന്തളം എൻ എസ് എസ് കോളേജ്, തിരുവനന്തപുരം യൂണിവേഴ്സിറ്റി കോളേജ് എന്നിവിടങ്ങളിൽ വിദ്യാഭ്യാസം. 1964 ൽ എം എസ് സി പാസായി. 1982 ൽ 'സൈദ്ധാന്തിക ഭൗതികത്തിൽ (Theoretical Physics) പി എച്ച് ഡി ബിരുദം നേടി. തിരുവനന്തപുരം മഹാത്മാഗാന്ധി കോളേജിൽ അധ്യാപകജീവിതം ആരംഭിച്ചു. 1987–1989 കാലയളവിൽ കൊട്ടിയം എൻ എസ് എസ് കോളേജിൽ പ്രിൻസിപ്പലായിരുന്നു. 1997 ൽ കോളേജ് സർവ്വീസിൽനിന്നും വിരമിച്ചു.

നിരവധി ഗവേഷണപ്രബന്ധങ്ങൾ, ശാസ്ത്രലേഖനങ്ങൾ, ശാസ്ത്രപുസ്തകങ്ങൾ എന്നിവ പ്രസിദ്ധീകരിച്ചിട്ടുണ്ട്. *സയൻസ് ഇന്ത്യ* എന്ന മാസികയുടെ മുഖ്യ പത്രാധിപരായിരുന്നു. തിരുവനന്തപുരം ബോധാനന്ദകേന്ദ്രത്തിന്റെ പ്രസിഡന്റാണ്. നിരവധി ശാസ്ത്രസെമിനാറുകളുടെയും ശില്പശാലകളുടെയും സംഘാടകൻ.

ഭാര്യ   : എൻ പ്രസന്നകുമാരി (റിട്ട. പ്രൊഫസർ)
മക്കൾ   : ജയകൃഷ്ണൻ എസ് നായർ
               ഹരികൃഷ്ണൻ എസ് നായർ (അമേരിക്ക)
               ജയശ്രീ എസ് നായർ (ഡോക്ടർ)
വിലാസം   : 23, രാജലക്ഷ്മി നഗർ
               പട്ടം, തിരുവനന്തപുരം 695004
ഫോൺ   : 0471 – 2543616
               9387803920

ഉള്ളടക്കം

പ്രസാധകക്കുറിപ്പ്

ഭൗതികശാസ്ത്രത്തിൽ ഉണ്ടായ കുതിച്ചുചാട്ടമാണ് ക്വാണ്ടം സിദ്ധാന്തം. ഗലീലിയോയുടെയും ഐസക് ന്യൂട്ട ന്റെയും സംഭാവനകളുടെ അടിത്തറയിൽ പടുത്തു യർത്തിയ ക്ലാസ്സിക്കൽ ഭൗതികവാദത്തിന്റെ പ്രഭാവം മൂന്നു നൂറ്റാണ്ടോളം നിലനിന്നു. പ്രകൃതി പ്രതിഭാസങ്ങളെ പൂർണ മായി മനസിലാക്കാൻ ക്ലാസ്സിക്കൽ ഭൗതികവാദത്തിനു കഴി യാതെ വന്നു. ഇരുപതാം നൂറ്റാണ്ടിന്റെ പിറവിയോടൊപ്പ മാണ് ക്വാണ്ടം സിദ്ധാന്തത്തിന്റെ പിറവി. മാക്സ്പ്ലാങ്ക് എന്ന ശാസ്ത്രജ്ഞനാണ് ഈ സിദ്ധാന്തത്തിന്റെ ഉപജ്ഞാ താവ്. പ്രപഞ്ചത്തെക്കുറിച്ചുള്ള ധാരണകളൊക്കെ മാറ്റിമ റിച്ച ക്വാണ്ടം സിദ്ധാന്തം സാധാരണവായനക്കാർക്കും വിദ്യാർഥികൾക്കും ഉപകരിക്കുംവിധമാണ് ഡോ. എം എൻ ശ്രീധരൻനായർ ഈ കൃതിയിൽ പ്രതിപാദിച്ചിട്ടുള്ളത്. വിജ്ഞാനവർഷം പരമ്പരയിൽപ്പെട്ട ഈ പുസ്തകം അറിവു തേടുന്ന ആർക്കും സഹായകരമാകുമെന്നു പ്രതീ ക്ഷിക്കുന്നു.

ചിന്ത പബ്ലിഷേഴ്സ്

മുഖവുര

ഇരുപത്തൊന്നാം നൂറ്റാണ്ടിന്റെ ഉദയം കുറിച്ച 2000-ാം ആണ്ടിനോ ടൊപ്പം പിറന്നുവീണ ഭൗതികശാസ്ത്രമാണ് ക്വാണ്ടം സിദ്ധാന്തം. ജർമൻ കാരനായ സൈദ്ധാന്തിക ഭൗതികജ്ഞൻ മാക്സ്പ്ലാങ്ക് ആണ് അതിന്റെ ഉപജ്ഞാതാവ്. മനുഷ്യഭാവനയുടെ അതിർവരമ്പുകളോളം എത്തുന്ന താണ് അതിൽനിന്നുള്ള നിഗമനങ്ങൾ. ദ്രവ്യപ്രപഞ്ചത്തെപ്പറ്റി നിലവിലു ണ്ടായിരുന്ന എല്ലാ ധാരണകളെയും തിരുത്തിക്കുറിച്ച മഹാസംഭവമെന്ന് അതിനെ വിശേഷിപ്പിക്കാം. മനുഷ്യന്റെ ചിന്താഗതിയെയും ജീവിതശൈ ലിയെയും അടിമുടി മാറ്റിമറിക്കാൻ അത് ഇടയാക്കി.

ക്വാണ്ടം സിദ്ധാന്തവും ബന്ധപ്പെട്ട സുപ്രധാനവിഷയങ്ങളും അവ യുടെ പ്രായോഗിക സാധ്യതകളും ഏറക്കുറെ സമഗ്രമായി ഈ കൃതി യിൽ അവതരിപ്പിക്കാൻ ശ്രമിച്ചിട്ടുണ്ട്. അനുഭവ യാഥാർഥ്യങ്ങളുടെ വെളി ച്ചത്തിൽ ക്വാണ്ടം ബലതന്ത്രത്തിന് നൽകിയിട്ടുള്ള വ്യാഖ്യാനങ്ങൾ ഇവിടെ പ്രതിപാദ്യ വിഷയമായിട്ടുണ്ട്.

ഗണിതപ്രധാനമായ ഒരു വിഷയം ഗഹനമായ ഗണിതം ഒഴിവാക്കി, സാമാന്യ വായനക്കാർക്ക് വായിച്ച് ഉൾക്കൊള്ളാൻ കഴിയുന്ന രീതിയി ലുള്ള സമീപനമാണ് പ്രതിപാദനത്തിൽ അവലംബിച്ചിട്ടുള്ളത്. എന്നാൽ ശാസ്ത്രസത്യങ്ങളുടെ അന്തഃസത്ത ചോർന്നുപോകാതെ സൂക്ഷിക്കാ നും ശ്രദ്ധിച്ചിട്ടുണ്ട്.

വിദ്യാർഥികളെ ഉദ്ദേശിച്ച് അവിടവിടെ കൊടുത്തിട്ടുള്ള ചില സമ വാക്യങ്ങളും ഗണിതസൂത്രങ്ങളും പട്ടികകളും സാമാന്യവായനക്കാർ വിട്ടുകളയുന്നതുകൊണ്ട് അവരുടെ സുഗമമായ വായനയ്ക്കും ആശയ ഗ്രഹണത്തിനും തടസ്സമുണ്ടാകുന്നതല്ല. ക്വാണ്ടം സിദ്ധാന്തം ഗൗരവ പൂർവം പഠിക്കുന്ന വിദ്യാർഥികൾക്കും സാമാന്യ വായനക്കാർക്കും ഒരു പോലെ ഉപകാരപ്രദമായിരിക്കും എന്ന ഉത്തമവിശ്വാസത്തോടെ സഹൃ ദയരായ വായനക്കാരുടെ മുമ്പാകെ ഈ കൃതി സമർപ്പിക്കുന്നു.

ഗ്രന്ഥകർത്താവ്

1

ക്ലാസ്സിക്കൽ ഭൗതികത്തിന്റെ പരാജയം

1.1 ആമുഖം

ഗലീലിയോയുടെയും ഐസക് ന്യൂട്ടന്റെയും മികച്ച സംഭാവനക
ളുടെ അടിത്തറയിൽ പണിതുയർത്തിയ ക്ലാസ്സിക്കൽ ഭൗതികം മൂന്നു
നൂറ്റാണ്ടുകൾകൊണ്ട് വളർന്നു വികസിച്ച് സ്ഥൂല പ്രപഞ്ചത്തിലെ അറി
വിൽപ്പെട്ട എല്ലാ പ്രകൃതി പ്രതിഭാസങ്ങളുടെയും പഠനത്തിന് തികച്ചും
പര്യാപ്തമാണെന്നു കണ്ടു. ഈ പശ്ചാത്തലത്തിൽ, ഇനി ഒന്നും തന്നെ
കണ്ടെത്താനായിട്ട് അവശേഷിച്ചിട്ടില്ല എന്ന വിശ്വാസം ഭൗതികശാസ്ത്ര
ജ്ഞർക്കിടയിൽ പ്രബലമാകുകയുണ്ടായി. ജെയിംസ് ക്ലാർക്ക് മാക്സ

വെല്ലിന്റെ ഇലക്ട്രോമാഗ്
നറ്റിക് സമീകരണങ്ങളും അവ
യിൽനിന്നുള്ള നിഗമനങ്ങളും
റേഡിയോയുടെ കണ്ടുപിടി
ത്തവും ഈ വിശ്വാസത്തെ
ദൃഢപ്പെടുത്തുന്നതായിരുന്നു.
എന്നാൽ 19-ാം നൂറ്റാ
ണ്ടിന്റെ അവസാന വർഷ
ങ്ങളിലെ പരീക്ഷണനിരീക്ഷ
ണങ്ങൾ ദ്രവ്യത്തിന്റെ സൂ
ക്ഷ്മ ലോകത്തിലേക്കുള്ള
വാതിൽ തുറന്നതോടെ സ്ഥി
തിഗതി ആകെ മാറി. ഇല
ക്ട്രോണിന്റെ കണ്ടുപിടിത്ത
ത്തിലേക്കു നയിച്ച പരീക്ഷ

മാക്സ്പ്ലാങ്ക്

ണങ്ങൾ ഇവിടെ ശ്രദ്ധേയമാണ്. ഇരുപതാം നൂറ്റാണ്ടിന്റെ തുടക്കത്തിൽ ലഭ്യമായ ചില നിരീക്ഷണഫലങ്ങൾ ക്ലാസ്സിക്കൽ ഭൗതികത്തിന്റെ പരാജയം ഉറപ്പാക്കി.

'ബ്ലാക്ക് ബോഡി' (കരിപൂശി ഇരുണ്ടതാക്കിയ ലോഹപ്രതലം) ഉയർന്ന താപനിലയിലെത്തിക്കുമ്പോൾ അതിൽനിന്ന് പുറപ്പെടുന്ന വികി രണം (radiation) സംബന്ധിച്ച് മാക്സ്പ്ലാങ്ക് (MaxPlanck) എന്ന ജർമൻ ഭൗതികശാസ്ത്രജ്ഞൻ നടത്തിയ പരീക്ഷണങ്ങളുടെ ഫലം വിശദീ കരിക്കാൻ ക്ലാസ്സിക്കൽ ഭൗതികത്തിനു കഴിഞ്ഞില്ല. തുടർന്ന് മനസ്സില്ലാ മനസ്സോടെ, ശാസ്ത്രലോകം അംഗീകരിക്കുമോ ഇല്ലയോ എന്ന ആശങ്ക യോടെ മാക്സ്പ്ലാങ്ക് ക്വാണ്ടം സങ്കൽപ്പം (Quantum concept) അവതരി പ്പിക്കാൻ നിർബന്ധിതനായി.

1.2 ക്ലാസ്സിക്കൽ ഭൗതികം

പ്രകൃതിയിൽ സംഭവിക്കുന്ന പ്രതിഭാസങ്ങളെ അതേ രീതിയിൽ ദർശിച്ച് അവയ്ക്ക് ശാസ്ത്രീയമായ വിശദീകരണം നൽകാനായിട്ട് ആവിഷ്കരിച്ച നിയമങ്ങളെ ക്ലാസ്സിക്കൽ എന്നു വിശേഷിപ്പിക്കുന്നു. താര തമേന്യ ലളിതവും സ്വാഭാവികവും ആയ വിവരണങ്ങൾക്കു വഴങ്ങുന്ന കാര്യങ്ങളായിരുന്നു അവ.

ആദ്യം നിലവിൽവന്ന ശാസ്ത്രശാഖയാണ് വാനശാസ്ത്രം (Astronomy). ലോകത്തിന്റെ പല ഭാഗങ്ങളിലായി ഉദയം ചെയ്ത ആദ്യകാല സംസ്കാരങ്ങളെല്ലാംതന്നെ ഇതിന് സാക്ഷ്യം വഹിച്ചവയാണ്. ഭാരത ത്തിനുപുറമെ ബാബിലോണിയ, ചൈന, ഈജിപ്റ്റ് എന്നീ പ്രാചീന സംസ്കാരങ്ങളാണ് ജ്യോതിശാസ്ത്രത്തിന്റെ ഉത്ഭവത്തിന് സാക്ഷ്യം വഹിച്ചവ. മനുഷ്യൻ കണ്ണുതുറന്ന് ആകാശത്തേക്ക് നോക്കിയപ്പോൾ കണ്ട കാഴ്ചകളും അവയ്ക്ക് സമയത്തിനനുസരിച്ച് സംഭവിക്കുന്ന മാറ്റ ങ്ങളും സ്വാഭാവികമായും അവന്റെ ജിജ്ഞാസയെ ഉണർത്താൻ കാരണ മായതിൽ അത്ഭുതമില്ല.

ഒരുകാലത്ത് ആകാശഗോളങ്ങളുടെ നിരീക്ഷണത്തിൽമാത്രം ഒതു ങ്ങിയിരുന്ന വാനശാസ്ത്രം മറ്റ് ഭൗതികശാസ്ത്രങ്ങളുടെ ആവിർഭാവ ത്തോടെ ജ്യോതിശാസ്ത്രം (Astrophysics) ആയി പരിണമിക്കുകയു ണ്ടായി. നക്ഷത്രങ്ങളുടെ ജനനവും മരണവും, അന്തർഭാഗത്തുനടക്കുന്ന ഊർജ്ജോൽപ്പാദന പ്രക്രിയകളും വിവരിക്കുന്ന ശാസ്ത്രമാണ് ഇപ്പോൾ ജ്യോതിശാസ്ത്രം. ഗലീലിയോയും ഐസക്ന്യൂട്ടനും മറ്റും ദൂരദർശിനി (Telescope) യുടെ സഹായത്തോടെ നടത്തിയ നിരീക്ഷണങ്ങൾ പ്രസിദ്ധമാണല്ലോ. ആധുനിക രൂപത്തിലുള്ള ദൂരദർശിനി കണ്ടുപിടിച്ചത് ഗലീലിയോ ആണ്. ഗലീലിയോയുടെ ദൂരദർശിനിയെ ന്യൂട്ടൺ പരിഷ് കരിക്കുകയുണ്ടായി. ഗലീലിയോയുടെ മരണവും ന്യൂട്ടന്റെ ജനനവും ഒരേ വർഷം (1642) ആണ് സംഭവിച്ചത് എന്നത് രസകരമായൊരു വസ്തു തയാണ്. അതിനും ഏറെ മുമ്പ് ടൈക്കോ ബ്രാഹെ (Tycho Brahe)യും

യോഹന്നാസ് കെപ്ലറും (Johannes Kepler) ദൂരദർശിനിയുടെ സഹായമി
ല്ലാതെ വാനനിരീക്ഷണം നടത്തി പലതും കണ്ടുപിടിച്ചിരുന്നു. ഈ
കണ്ടെത്തലുകളുടെ അടിസ്ഥാനത്തിലാണ് കെപ്ലർ തന്റെ ഗ്രഹചലന
നിയമങ്ങൾ ആവിഷ്കരിച്ചത്. കെപ്ലറുടെ ചലന നിയമങ്ങൾ പിന്നീട്
ന്യൂട്ടണ് പ്രചോദനമായി ഭവിച്ചു.

ന്യൂട്ടൺ (1642-1727) ആണ് ഭൗതികനിയമങ്ങൾ സ്ഥാപിക്കുന്നതിന്
ഗണിതശാസ്ത്രം ആദ്യമായി ഉപയോഗപ്പെടുത്തിയത്. ഗണിതീയ
സമവാക്യങ്ങളുടെ (mathematical equations) സഹായത്തോടെ ഭൗതിക
ശാസ്ത്രതത്ത്വങ്ങൾ ആവിഷ്കരിക്കുന്ന സമ്പ്രദായം അതോടെ നിലവിൽ
വന്നു. ഇത് അങ്ങേയറ്റം ഫലപ്രദമായ രീതി ആണെന്നകാര്യത്തിൽ
സംശയമില്ല. ഇത് ഭൗതിക ശാസ്ത്രങ്ങളുടെയും സാങ്കേതിക ശാസ്ത്ര
ങ്ങളുടെയും വളർച്ചയ്ക്ക് നിർണായകമായിത്തീർന്നു എന്ന് പ്രത്യേകം
പറയേണ്ടതില്ലല്ലോ.

ശാസ്ത്രചരിത്രം പരിശോധിച്ചാൽ ന്യൂട്ടനുമുമ്പ് ദെക്കാർത്തെ
(Descartes), 1637 ൽ ഡൈനാമിക്സിന്റെ (Dynamics) വികസനത്തിന്
സഹായകമായ ഒരു ഉപകരണമെന്ന നിലയിൽ 'അനലിറ്റിക് ജ്യോമെട്രി'
(Analytic Geometry) കണ്ടുപിടിക്കുകയുണ്ടായി. അടിസ്ഥാനപരമായി
ജ്യോമെട്രിയെ ബീജഗണിത പരികലനങ്ങൾ (algebraic calculations)
ആയി മാറ്റാനുള്ള ഒരുപാധി ആണിത്. പല പ്രത്യേക പ്രശ്നങ്ങളും കൈ
കാര്യം ചെയ്യുന്നതിന് യൂക്ലിഡിന്റെ ജ്യോമെട്രി (Euclidian Geometry)
തികച്ചും പര്യാപ്തമായിരുന്നെങ്കിലും സങ്കീർണമായ ചില വിഷയങ്ങ
ളുടെ പഠനത്തിന് അത് സമർഥമല്ലെന്നു കണ്ടതിനാലാണ് ദെക്കാർത്തെ
പുതിയ ഉപാധി അന്വേഷിച്ചത്. തൽഫലമായി അതിവിശിഷ്ടമായൊരു
സംഭാവന ദെക്കാർത്തെയിൽനിന്ന് ലഭിച്ചു. ന്യൂട്ടൺ ദെക്കാർത്തെയുടെ
സമ്പ്രദായം അംഗീകരിക്കാൻ കൂട്ടാക്കിയിരുന്നില്ല എന്നത് കൗതുകകര
മായ ഒരു ചരിത്രവസ്തുതയാണ്. ഒരുപക്ഷേ, ന്യൂട്ടന് അതിന്റെ ആവ
ശ്യം ഇല്ലായിരുന്നു എന്നതാകാം കാരണം. എന്തായാലും അക്കാരണ
ത്താൽ ന്യൂട്ടന്റെ പ്രസിദ്ധമായ *പ്രിൻസിപ്പിയ മാത്തമാറ്റിക്ക (Principia
Mathematica)* എന്ന പുസ്തകത്തിൽ ദെക്കാർത്തെയെപ്പറ്റി ഒരു
പരാമർശവും കാണാൻ കഴിയില്ല.

1.3 ന്യൂട്ടന്റെ 'ഡൈനാമിക്സ്'

ചലനനിയമങ്ങളും അവയുടെ പ്രയോഗ സാധ്യതകളും മറ്റും വിശ
ദമായി പ്രതിപാദിക്കപ്പെടുന്ന 'ഡൈനാമിക്സ്' (Dynamics) എന്ന
വിഷയത്തിൽ ന്യൂട്ടൺ നടത്തിയ ഗവേഷണപഠനങ്ങൾ ശാസ്ത്രചരി
ത്രത്തിൽ അതീവ ശോഭയോടെ തിളങ്ങുന്ന ഒരധ്യായമാണ്. 1687 ലാണ്
ന്യൂട്ടന്റെ *പ്രിൻസിപ്പിയ* പ്രസിദ്ധീകരിക്കപ്പെട്ടത്. അതിന്റെ ഏറിയഭാഗവും
തന്റെ ചെറുപ്പകാലത്ത് ചെയ്ത കാര്യങ്ങളാണെന്ന് ന്യൂട്ടൺ തന്നെ പ്രസ്
താവിച്ചിട്ടുണ്ട്. ന്യൂട്ടൺ ഈ കൃതിയിൽ ഭൗതികശാസ്ത്ര നിയമങ്ങൾ

ഐസക് ന്യൂട്ടൺ

അവതരിപ്പിച്ചിട്ടുള്ളത് അക്കാലത്ത് അനുവർത്തിച്ചുപോന്നിരുന്ന, 'നിരീക്ഷണപരം' എന്നു വിശേഷിപ്പിക്കാവുന്ന സമ്പ്രദായത്തിൽ നിന്ന് വ്യത്യസ്തമായാണ്. വസ്തുതകളെ അപഗ്രഥിച്ച് അവയെ ഗണിതത്തിന്റെ സഹായത്തോടെ സാർവലൗകിക നിയമങ്ങളായിട്ടാവിഷ്കരിക്കുക എന്നതായിരുന്നു ന്യൂട്ടന്റെ സമീപനം. വസ്തുക്കളുടെ താഴേക്കുള്ള പതനം, കമ്പികളുടെ ദോലനം (Vibration), ഗ്രഹങ്ങളുടെ ചലനങ്ങൾ, വസ്തുക്കളുടെ പരസ്പര സംഘട്ടനം (collision) തുടങ്ങി പ്രത്യക്ഷത്തിൽ പരസ്പരബന്ധമില്ലാത്ത

വ്യത്യസ്ത പ്രതിഭാസങ്ങൾ സമാനനിയമങ്ങൾക്ക് വിധേയമാണെന്ന് ചിന്തിക്കാൻ അസാമാന്യബുദ്ധി വിശേഷം ആവശ്യമാണ്.

ന്യൂട്ടൺ തന്റെ ഡൈനാമിക്സ് വികസിപ്പിച്ചത് സ്ഥലകാലങ്ങൾ കേവലം (absolute) ആണെന്ന സങ്കൽപ്പത്തിലാണ്. സ്ഥലം കേവലമാണെന്നുവച്ചാൽ അതിന് മറ്റൊന്നുമായിട്ടും ബന്ധമില്ലെന്നും എക്കാലത്തും ഒരേപോലെയും അചഞ്ചലമായിട്ടും (immovable) വർത്തിക്കുമെന്നർഥം. ഇതേ പ്രത്യേകതകൾ കാലത്തിലും ആരോപിക്കുന്നു. കാലവും (time) കേവലമാണെന്നായിരുന്നു സങ്കൽപ്പം. പ്രത്യക്ഷത്തിൽ ത്തന്നെ ഇത് ശരിയല്ലെന്ന് മനസ്സിലാക്കാൻ വിഷമമില്ല. കാലനിർണയത്തിന് സ്ഥലത്തെയും, സ്ഥലനിർണയത്തിന് കാലത്തെയും ആശ്രയിക്കേണ്ടതുണ്ട്. സമയം അറിയാൻ ക്ലോക്കിന്റെയോ വാച്ചിന്റെയോ ഡയലിൽ അതിന്റെ സൂചികൾ എവിടെ നിൽക്കുന്നുവെന്ന് (അതായത്, സൂചികളുടെ സ്ഥാനം) ആണല്ലോ നോക്കുന്നത്. അതുപോലെ, ഒരു സ്ഥലത്തു നിന്നും പുറപ്പെടുന്ന വാഹനം ഒരു നിശ്ചിതസമയംകൊണ്ട് എവിടെ എത്തി എന്നതും പ്രസക്തമായ കാര്യമാണ്. സ്ഥലകാലങ്ങളുടെ പരസ്പരാശ്രയത്വം ഇതിൽനിന്നും സ്പഷ്ടമാണ്. അതായത്, അവ കേവല ഭൗതികരാശികൾ അല്ലെന്നുവേണം മനസ്സിലാക്കാൻ.

ഭൂതലത്തിൽ നാം സാക്ഷ്യം വഹിക്കുന്ന ചലനങ്ങളുടെയും, ആകാശത്തിൽ ജ്യോതിർഗോളങ്ങളുടെ സ്ഥാനവും ചലനവും, സൂര്യചന്ദ്രന്മാരുടെ ഗ്രഹണം തുടങ്ങിയ പ്രതിഭാസങ്ങളും ഏറെക്കുറെ കൃത്യതയോടെ പ്രവചിക്കാൻ ന്യൂട്ടന്റെ ഡൈനാമിക്സ് പര്യാപ്തമാണ്. എങ്കിലും അതിന് ചില പരിമിതികൾ ഉണ്ടെന്നതാണ് വാസ്തവം. പരിമിതികളും അപര്യാപ്തതകളും വെളിവാകുന്ന സന്ദർഭങ്ങൾ നിരവധിയുണ്ട്.

അതിരുകളില്ലാത്ത ഒരു പ്രപഞ്ചമാണ് ന്യൂട്ടൺ വിഭാവന ചെയ്തിരു
ന്നത്. അനന്തമായ വ്യാപ്തിയുള്ള പ്രപഞ്ചം. ഭൗമോപരിതലത്തിൽ
നിന്നും പറന്നുയർന്ന് ഏതെങ്കിലും ഒരു ദിശയിൽ വിമാനമാർഗം സഞ്ചരി
ക്കുന്നതായാൽ വൃത്താകാരമായ പാതയിലൂടെ ഭൂമിയെ വലംവച്ച് ഒടു
വിൽ പുറപ്പെട്ട സ്ഥാനത്തുതന്നെ എത്തിച്ചേരും. ഭൂമി ഒരു ഗോളമാണെ
ന്നും അതിനെചുറ്റിയുള്ള 'സ്പേസ്' വക്രം (curved) ആണെന്നും അതിന്
ഒരതിര് (boundary) ഇല്ലെന്നും മനസ്സിലാക്കാൻ വിഷമമില്ല. പ്രപഞ്ചം
(universe) മൊത്തത്തിലെടുത്താലും ഇതുതന്നെയാണ് സ്ഥിതി.
"ബ്രഹ്മാണ്ഡം ഇവിടെ അവസാനിക്കുന്നു" എന്നു പറയാൻ പറ്റുന്ന
അതിർവരമ്പുകളൊന്നും ഇവിടെയുമില്ല. ഐൻസ്റ്റൈൻ തന്റെ സാമാന്യാ
പേക്ഷികതാ സിദ്ധാന്തത്തിൽ പ്രപഞ്ചത്തിന്റെ ത്രിമാന (three dimensio-
nal) സ്പേസ് വക്രമാണെന്നും അത് മടങ്ങി അതിൽത്തന്നെ അവസാനി
ക്കുന്നുവെന്നും, അതിനാൽ പ്രപഞ്ചം അനന്തമല്ലെന്നും തെളിയിച്ചിട്ടുണ്ട്.

ഐസക്ന്യൂട്ടൺ 17-ാം നൂറ്റാണ്ടിൽ കണ്ടുപിടിച്ച ചലനനിയമങ്ങളും
ഗുരുത്വാകർഷണ നിയമവും അവയുടെ അടിസ്ഥാനത്തിൽ ഗ്രഹങ്ങളു
ടെയും, ഭൂമിയുടെ ഉപഗ്രഹമായ ചന്ദ്രന്റെയും ചലനങ്ങൾക്കു നൽകിയ
വിശദീകരണവും ഉയർത്തിയ 'സുനിശ്ചിതത്വം' (determinism) ഭൗതിക
ശാസ്ത്രത്തിന്റെ അടിസ്ഥാനപ്രമാണമായി അംഗീകാരം നേടി. ഭൂതകാല
വർത്തമാനകാല അനുഭവങ്ങളുടെ വെളിച്ചത്തിൽ ഭാവി പ്രവചിക്കാൻ
കഴിയുമെന്നതാണ് 'സുനിശ്ചിതത്വ തത്വം.' ഇതിനകം ന്യൂട്ടൺ കണ്ടെ
ത്തിയ പ്രകൃതിനിയമങ്ങൾ ഇതിന് സഹായകമാകും. പ്രപഞ്ചവ്യാപാര
ങ്ങളെ കൃത്യതയുള്ള ഒരു ക്ലോക്കിന്റെ പ്രവർത്തനത്തോട് ഉപമിക്കാം.
പ്രപഞ്ചവ്യവഹാരങ്ങളുടെ പുരോഗതിയെ സംബന്ധിച്ചിടത്തോളം
സുനിശ്ചിതമായ പ്രവചനം (prediction) സാധ്യമാണെന്നു സാരം. ഒന്നും
യാദൃച്ഛികമായി സംഭവിക്കുന്നില്ല; എല്ലാം മുൻകൂട്ടി നിശ്ചയിക്കപ്പെട്ടതു
പോലെ. ക്ലാസിക്കൽ ന്യൂട്ടോണിയൻ ഭൗതികശാസ്ത്രത്തിൽനിന്നുള്ള
ന്യായമായ നിഗമനം ഇതായിരുന്നു.

1.4 സൗരയൂഥത്തിലെ നമ്മുടെ ചലനങ്ങൾ

നാം സദാസമയവും ചലനഗതിയിലാണെന്ന് അൽപ്പം ആലോചി
ച്ചാൽ മനസ്സിലാകും—ഉണർന്നിരിക്കുമ്പോഴും ഉറങ്ങുമ്പോഴും; പ്രവൃത്തി
യിൽ മുഴുകിക്കഴിയുമ്പോഴും വിശ്രമിക്കുമ്പോഴും—സൗരയൂഥത്തിന്റെ
ഭാഗമായ ഭൂമിയിൽ വസിക്കുന്നവർക്ക് രണ്ടുതരം ചലനങ്ങളിൽനിന്ന്
രക്ഷപ്പെടാനാകില്ല—സൂര്യനുചുറ്റും പരിക്രമണം ചെയ്യുന്നതോടൊപ്പം
ഭൂമിയുടെ അച്ചതണ്ടിനുചുറ്റും തിരിയുകയും ചെയ്യുന്നുണ്ടല്ലോ. രണ്ടു
ചലനങ്ങളും കണക്കിലെടുത്താൽ ചലനവേഗതയുടെ പ്രത്യേകത
മനസ്സിലാകും.

അർധരാത്രി സമയത്ത് രണ്ടുചലനവേഗതകളും ഒരേ ദിശയിലായ
തിനാൽ അവയുടെ തുകയായ ഉയർന്ന വേഗതയാണ് യഥാർഥത്തിൽ

അനുഭവപ്പെടുന്നത്. നേരെമറിച്ച് മധ്യാഹ്നസമയത്ത് അവ വിപരീത ദിശകളിലാണ്. ആയതിനാൽ അവയുടെ വ്യത്യാസമായ താരതമ്യേന കുറഞ്ഞ വേഗതയാണ് അനുഭവവേദ്യമാകുന്നത്. അങ്ങനെ പ്രത്യക്ഷ ത്തിൽ വിശ്രമിക്കുകയാണെങ്കിൽപ്പോലും അർധരാത്രിയിലും മധ്യാഹ്ന ത്തിലും വ്യത്യസ്തവേഗതകളിൽ സഞ്ചരിച്ചുകൊണ്ടിരിക്കുകയാണെന്ന താണ് യാഥാർഥ്യം.

1.5 ചലനവും വേഗതയും—ഒരു താരതമ്യ പഠനം

പലരും പല വേഗതയിലാണ് നടക്കുന്നതെന്ന് നമുക്കറിയാം. എങ്കി ലും ഒരു ശരാശരി വേഗതയായി മണിക്കൂറിൽ അഞ്ചുകിലോമീറ്റർ കണ ക്കാക്കാം. സാമാന്യം വേഗത്തിൽ മാർച്ചു ചെയ്തു നീങ്ങുന്ന പട്ടാളക്കാരു ടെ വേഗത മണിക്കൂറിൽ 7 കിലോമീറ്റർ വന്നേക്കും. ഓട്ടക്കാരാണെങ്കിൽ ഇതിന്റെ മൂന്നിരട്ടി വേഗത്തിൽ ഓടും. പക്ഷേ, അവർക്ക് വളരെ ദൂരം ഈ വേഗത നിലനിറുത്താനാവില്ല.

മന്ദഗതിയിൽ നീങ്ങുന്ന ഒച്ചിന്റെയോ ആമയുടെയോ വേഗതയെ നമ്മുടെ നടപ്പിന്റെ വേഗതയുമായി താരതമ്യപ്പെടുത്തുന്നത് രസാവഹ മായിരിക്കും. നമ്മുടെ നടപ്പിന്റെ ഏതാണ്ട് ആയിരത്തിലൊന്ന് വേഗതയി ലാണ് ഒച്ച് സഞ്ചരിക്കുന്നത്. സെക്കന്റിൽ 1.5 മില്ലിമീറ്റർ, അഥവാ മണി ക്കൂറിൽ 5.4 മീറ്റർ. ആമയാകട്ടെ, മണിക്കൂറിൽ 70 മീറ്ററോളം സഞ്ചരി ക്കും. എത്രവേഗത്തിൽ ഓടിയാലും മനുഷ്യന് മുയലിന്റെയോ വേട്ടപ്പട്ടി യുടെയോ ഒപ്പമെത്താൻ കഴിയുകയില്ല. അതുപോലെതന്നെ കഴുകനെ തോൽപ്പിക്കാൻ വിമാനത്തിൽ പറന്നേ മതിയാകൂ. ഈച്ചയ്ക്ക് മണിക്കൂ റിൽ 5 മീറ്റർ പറക്കാൻ കഴിയുമെന്ന് നിരീക്ഷിക്കപ്പെട്ടിട്ടുണ്ട്.

മനുഷ്യനിർമിതമായ വാഹനങ്ങളാണ് വേഗതയുടെ കാര്യത്തിൽ മുൻപന്തിയിൽ നിൽക്കുന്നത്. മണിക്കൂറിൽ 100 കിലോമീറ്ററിലധികം വേഗത്തിലോടാവുന്ന തീവണ്ടികൾ സർവസാധാരണമാണ്. മണിക്കൂ റിൽ 170 കിലോമീറ്റർവരെ വേഗത്തിലോടുന്ന മോട്ടോർ കാറുകളുണ്ട്. ഇതിന്റെയൊക്കെ എത്രയോ മടങ്ങ് കൂടുതലാണ് വിമാനങ്ങളുടെ വേഗത. ജെറ്റ് വിമാനങ്ങളുടെ ശരാശരി വേഗത മണിക്കൂറിൽ 800 കിലോമീറ്ററാണ്. ശബ്ദവേഗതയെ അതിജീവിച്ച് പറക്കാൻ ശേഷിയുള്ള സൂപ്പർസോണിക് വിമാനങ്ങൾ ഇപ്പോൾ നിലവിലുണ്ട്. മണിക്കൂറിൽ 2500 കിലോമീറ്ററിലധി കമാണ് അവയുടെ വേഗത. മണിക്കൂറിൽ 3000 കിലോമീറ്റർ വേഗത്തിൽ പറക്കാൻ ശേഷിയുള്ള ചെറിയ സൂപ്പർസോണിക് ജെറ്റ് വിമാനങ്ങളും പിൽക്കാലത്ത് നിലവിൽ വന്നിട്ടുണ്ട്.

മുകളിൽ സൂചിപ്പിച്ചിട്ടുള്ള വേഗതകളെ അതിശയിപ്പിക്കുന്ന വേഗത യിൽ സഞ്ചരിക്കാൻ കഴിവുള്ള വാഹനങ്ങൾ മനുഷ്യന് നിർമിക്കാൻ കഴിഞ്ഞിട്ടുണ്ട്. ബഹിരാകാശ റോക്കറ്റുകളുടെയും ഉപഗ്രഹങ്ങളുടെയും കാര്യം എടുത്തുപറയേണ്ടതില്ലല്ലോ. ഭൂമിയുടെ ഗുരുത്വാകർഷണബല ത്തെ അതിലംഘിച്ച് ബഹിരാകാശത്ത് കടക്കാൻ കഴിയണമെങ്കിൽ റോ

ക്കറ്റിന്റെ "വിടുതൽ വേഗത" (escape velocity) 11.2 കി മീ/സെക്കന്റായിരി
ക്കണം. ഇതിനേക്കാൾ എത്രയോ അധികം വേഗതയുള്ള റോക്കറ്റുകൾ
ഇന്ന് സർവസാധാരണമാണ്.

വേഗതകളുടെ ഒരു പട്ടിക (ഒരു മണിക്കൂറിൽ സഞ്ചരിക്കുന്ന ദൂരം)	
ആമ	72 മീ
കാൽനട	5 കി മീ
കുതിര (നടപ്പ്)	6 മുതൽ 12 വരെ കി മീ
കുതിര (കുതിച്ചോട്ടം)	30 കി മീ
മുയൽ (ഓട്ടം)	65 കി മീ
കഴുകൻ	86 കി മീ
വേട്ടപ്പട്ടി	90 കി മീ
തീവണ്ടി	100 കി മീ
കാർ	160 കി മീ
ജെറ്റ് വിമാനം	2500 കി മീ
ശബ്ദം (വായുവിൽ)	1200 കി മീ
സൂപ്പർ സോണിക് വിമാനം	3000 കി മീ
ഭൂമിയുടെ ഭ്രമണവേഗത	108,000 കി മീ

1.6 രസകരമായ ചില സ്ഥല-കാല സമസ്യകൾ

1) പുറപ്പെട്ട സമയത്തുതന്നെ ലക്ഷ്യസ്ഥാനത്തെത്തുന്നു.

വിസ്തൃതമായ സോവിയറ്റ് റഷ്യയിലെ രണ്ട് നഗരങ്ങളാണ്
വ്ളാഡിവൊസ്റ്റേക്കും മോസ്കോയും. ആദ്യത്തേത് കിഴക്കേത്തും, മറ്റേത്
പടിഞ്ഞാറേത്തും സ്ഥിതിചെയ്യുന്നു. ഒരു യാത്രികൻ രാവിലെ 8 മണിക്ക്
വ്ളാഡിവൊസ്റ്റേക്കിൽനിന്ന് വിമാനം കയറിയാൽ അയാൾക്ക് അതേ
ദിവസം രാവിലെ 8 മണിക്ക് മോസ്കോയിൽ ഇറങ്ങാൻ കഴിയുമോ?

"കഴിയും" എന്നുതന്നെയാണുത്തരം! എങ്ങനെ എന്നു നോക്കാം.
വ്ളാഡിവൊസ്റ്റേക്കിലെയും മോസ്കോയിലെയും ക്ലോക്കുകൾ കാണി
ക്കുന്ന സമയങ്ങൾ തമ്മിൽ 9 മണിക്കൂർ വ്യത്യാസമുണ്ട്. ആ രണ്ട് നഗര
ങ്ങൾ തമ്മിലുള്ള അകലം വിമാനത്തിൽ സഞ്ചരിച്ച് 9 മണിക്കൂർ സമയം
കൊണ്ട് തരണം ചെയ്യാൻ കഴിയുമെങ്കിൽ, നമ്മുടെ വിമാനത്തിന് വ്ളാഡി
വൊസ്റ്റേക്കിൽനിന്നു പുറപ്പെട്ട മണിക്കുതന്നെ മോസ്കോയിൽ എത്താൻ
കഴിയും. ദൂരം 9000 കിലോമീറ്റർ ആണെന്നറിയാം. അങ്ങനെയെങ്കിൽ
മണിക്കൂറിൽ 1000 കിലോമീറ്റർ വേഗത്തിൽ വിമാനം പറക്കേണ്ടിയിരി
ക്കുന്നു. ഇത് സാധ്യമാണ്.

ഇതുപോലെ രസകരമായ മറ്റൊരു സന്ദർഭം വിവരിക്കാം.

(2) സൂര്യനെ പന്തയത്തിൽ തോൽപ്പിക്കാം.

സൂര്യനെ എങ്ങനെ പന്തയത്തിൽ തോൽപ്പിക്കാമെന്നുനോക്കാം.

സ്ഥലം ആർട്ടിക് മേഖലയാണ്. ആർട്ടിക് മേഖല എന്നാൽ ഉത്തരധ്രുവ ത്തിനടുത്ത്. സ്വന്തം അച്ചുതണ്ടിന്മേലുള്ള ഭൂമിയുടെ ഭ്രമണത്തിനിടയിൽ ഭൂഗോളത്തിലെ ഒരു പ്രത്യേക സ്ഥാനം ഒരു നിശ്ചിതകാലയളവിൽ സഞ്ചരിക്കുന്ന ദൂരം മണിക്കൂറിൽ 450 കി മീ വേഗതയിൽ പറക്കുന്ന വിമാനത്തിന് അതേ സമയംകൊണ്ട് സഞ്ചരിക്കാൻ കഴിയും. ആ വിമാന സഞ്ചാരിക്ക് സൂര്യൻ നിന്നിടത്തുതന്നെ നിശ്ചലമായി നിൽക്കുകയാണ ന്നേ തോന്നുകയുള്ളു. വിമാനം നിശ്ചിത ദിശയിൽത്തന്നെ സഞ്ചരിക്കുന്ന തായാൽ സൂര്യൻ അസ്തമിക്കുകയേ ഇല്ല.

(3) ചന്ദ്രനെയും തോൽപ്പിക്കാം

ഭൂമിയെ ചുറ്റി ഭ്രമണം ചെയ്യുന്ന ചന്ദ്രനെ (moon) താരതമ്യേന എളു പ്പത്തിൽ തോൽപ്പിക്കാൻ കഴിയും. സ്വന്തം അച്ചുതണ്ടിൽ ഒരു പ്രാവശ്യം കറങ്ങുന്നതിന് ഭൂമിക്കുവേണ്ട സമയത്തിന്റെ ഏകദേശം 29 ഇരട്ടി സമയ മാണ് ഭൂമിയെ വലം വയ്ക്കുന്നതിന് ചന്ദ്രന് വേണ്ടിവരുന്നത്. ഭൂമധ്യ രേഖ (Equator) യിൽനിന്ന് വളരെ അകലെയല്ലാത്ത സ്ഥാനങ്ങളിൽ പോലും ഒരു സാധാരണ കപ്പലിന് ചന്ദ്രനെ പിന്തള്ളി മുന്നേറാൻ കഴിയും.

(4) നിമിഷാർധങ്ങളിൽ സംഭവിക്കുന്നത്

ഇനി സമയത്തിന്റെ ഒരു സൂക്ഷ്മാംശം പരിഗണിക്കാം—അതായത്, ഒരു സെക്കൻഡിന്റെ ആയിരത്തിലൊരുഭാഗം. മനുഷ്യരെ സംബന്ധിച്ചി ടത്തോളം തള്ളിക്കളയാവുന്നത്ര നിസ്സാരമായ ഒരിടവേളയാണിത് എന്ന് പ്രത്യേകം പറയേണ്ടതില്ലല്ലോ. ഈ ഇടവേളയിൽ എന്തൊക്കെ സംഭവി ക്കാമെന്നു നോക്കാം. നല്ല വേഗത്തിലോടുന്ന തീവണ്ടി (Train) ഈ സമയംകൊണ്ട് മൂന്നുസെന്റിമീറ്റർ മുന്നോട്ടു നീങ്ങും; ശബ്ദവീചികൾക്ക് 33 സെ മീ സഞ്ചരിക്കാനാകും; വിമാനത്തിന് 1 മീറ്ററോളം ദൂരം പിന്നിടാൻ കഴിയും; സൂര്യനുചുറ്റും ഭ്രമണം ചെയ്യുന്ന ഭൂമി 30 മീറ്റർ ഇതിനകം നീങ്ങിക്കഴിഞ്ഞിരിക്കും; വേഗതയുടെ കാര്യത്തിൽ സമാനതകളില്ലാത്ത പ്രകാശമാകട്ടെ, 300 മീറ്റർ സഞ്ചരിച്ചിരിക്കും.

വർഷങ്ങളോളം ജീവിത ദൈർഘ്യം അനുഭവിക്കുന്ന മനുഷ്യനെ പ്പോലെയല്ലല്ലോ ജന്തുവർഗവും ചെറുപ്രാണികളും. ജന്തുവർഗത്തിൽ മനുഷ്യനുമായി ഇക്കാര്യത്തിൽ താരതമ്യപ്പെടുത്താവുന്ന ജീവിയാണ് ആന. പട്ടി, പൂച്ച മുതലായവയുടെ ശരാശരി ജീവിതകാലം 15, 16 വർഷ ങ്ങളാണ്. ശലഭങ്ങളുടെയും മറ്റും ജീവിതകാലം നമ്മുടെ ദൃഷ്ടിയിൽ എത്രയോ നിസ്സാരമാണ്. അങ്ങനെ നോക്കുമ്പോൾ ചില പ്രാണികളെ സംബന്ധിച്ചിടത്തോളം ആയിരത്തിലൊന്ന് സെക്കൻഡ് അവഗണിക്കാ വുന്നതല്ല.

മനുഷ്യന് സാധ്യമായ ഏറ്റവും വേഗതയേറിയ ചലനം കണ്ണു ചിമ്മ ലാണ്. ഒരു പ്രാവശ്യം കണ്ണുചിമ്മുന്നതിന് ഏകദേശം 0.4 സെക്കൻഡ് സമയം വേണമെന്ന് കണക്കാക്കിയിട്ടുണ്ട്. ഗവേഷകർക്ക് ഇന്ന് അള ക്കാൻ കഴിയുന്ന ഏറ്റവും ചുരുങ്ങിയ സമയം ഒരു സെക്കൻഡിന്റെ പതി

നായിരം കോടിയിലൊരംശം ആണത്രെ!

19-ാം നൂറ്റാണ്ടിൽ വളർന്നു വികസിച്ച രണ്ടു ശ്രദ്ധേയമായ വിഷയ ങ്ങളായിരുന്നു താപഗതികം (Thermodynamics), ഇലക്ട്രോമാഗ്നറ്റിക് സിദ്ധാന്തം (Electromagnetic theory) എന്നിവ. ഇവ രണ്ടും ക്ലാസിക്കൽ ഭൗതികത്തിന്റെ ചട്ടക്കൂടിൽത്തന്നെ വാർത്തെടുത്തവയായിരുന്നു. സുനി ശ്ചിതത്വത്തിന്റെ മാർഗരേഖയോടൊപ്പം ക്ലാസ്സിക്കൽ ഭൗതികത്തിന്റെ വിജയകഥയും ഇവിടെ അവസാനിക്കുന്നു എന്നു പറയാം. ദ്രവ്യത്തിന്റെ അണുഘടനയെപ്പറ്റി ഇതിനകം ലഭ്യമായ നിരീക്ഷണഫലങ്ങൾ വിശദീ കരിക്കാൻ ന്യൂട്ടന്റെ ഭൗതികം അസമർഥമായി ഭവിച്ചു. ഈ പശ്ചാത്തല ത്തിൽ സൈദ്ധാന്തിക ഭൗതികഞ്ജർ പുതിയൊരു ഭൗതിക സിദ്ധാന്ത ത്തിനു ജന്മം നൽകി.

അങ്ങനെ 1900 നും 1930 നും ഇടയ്ക്ക് ക്വാണ്ടം സിദ്ധാന്തം നിലവിൽ വന്നു. 1926 നുശേഷം ന്യൂട്ടോണിയൻ ഭൗതികത്തിന്റെ 'സുനിശ്ചിതത്വ' അടിത്തറ പാടെ ഇളകി. അതിന്റെ നിലനിൽപ്പ് ഇല്ലാതായി. ഒപ്പം അനിശ്ചി തത്വത്തിൽ (principle of uncertainty) അധിഷ്ഠിതമായ ക്വാണ്ടം സിദ്ധാന്തം സ്ഥാപിതവുമായി.

ക്വാണ്ടം സിദ്ധാന്തം

"എല്ലാ ആധുനിക ശാസ്ത്രങ്ങളുടെയും മർമം ഉൾക്കൊള്ളുന്ന വിഷയമാണ് ക്വാണ്ടം സിദ്ധാന്തം! അതില്ലായിരുന്നെങ്കിൽ നമുക്ക് അണുശക്തി, ലേസർ, ടെലിവിഷൻ, കമ്പ്യൂട്ടർ, മോളി ക്യൂളാർ ബയോളജി, ജനറ്റിക് എഞ്ചിനീയറിങ് മുതലായവ ഒന്നും ലഭിക്കുമായിരുന്നില്ല. ശാസ്ത്രരംഗത്തെ പരമ പ്രധാനമായ വിഷയം ഏതെന്നു ചോദിച്ചാൽ ക്വാണ്ടം ഫിസിക്സ് എന്നായിരിക്കും ഉത്തരം."

2

ക്വാണ്ടം സിദ്ധാന്തത്തിന്റെ ആവിർഭാവം

2.1 ആമുഖം

ഇരുപതാം നൂറ്റാണ്ടിന്റെ തുടക്കത്തിൽ ശാസ്ത്രരംഗത്ത് വിപ്ലവം സൃഷ്ടിച്ച രണ്ടു മഹാസംഭവങ്ങളായിരുന്നു ക്വാണ്ടം സിദ്ധാന്തവും ആപേക്ഷികതാ സിദ്ധാന്തവും (Theory of Relativity). രണ്ടിന്റെയും വളർച്ചയിൽ നിർണായകമായ പങ്കുവഹിച്ച പ്രതിഭാശാലിയായ ശാസ്ത്ര ജ്ഞനായിരുന്നു ആൽബർട്ട് ഐൻസ്റ്റൈൻ (Albert Einstein).

നൂറ്റാണ്ടിന്റെ പിറവികുറിച്ച 1900-ാമാണ്ടിൽ മാക്സ് പ്ലാങ്ക് (Max Planck) എന്ന ജർമൻ ഭൗതിക ശാസ്ത്രജ്ഞനാണ് ക്വാണ്ടം സങ്കൽപ്പം ആവിഷ്കരിച്ചത്. ഒരു ചുട്ടുപഴുത്ത ഇരുമ്പുകഷണത്തിൽ നിരീക്ഷണ ങ്ങൾ നടത്തുകയായിരുന്നു മാക്സ് പ്ലാങ്ക്. താരതമ്യേന മിതമായ താപ നിലകളിൽ അത് ചുവപ്പുനിറത്തിൽ തിളങ്ങേണ്ടതാണ്. എന്നാൽ വളരെ ഉയർന്ന താപനിലകളിൽ അതിന് നീലകലർന്ന വെള്ളനിറം ആയിരി ക്കും. പക്ഷേ, ന്യൂട്ടൺ തുടങ്ങി മാക്സ്‌വെൽ വരെയുള്ള ശാസ്ത്രജ്ഞർ പടുത്തുയർത്തിയ ക്ലാസ്സിക്കൽ ഭൗതികത്തിന്റെയടിസ്ഥാനത്തിൽ നടത്തിയ പഠനങ്ങളിൽനിന്നും എല്ലാ താപനിലകളിലും അത് നീല നിറ ത്തിൽ കാണപ്പെടണം എന്നാണ് മനസ്സിലാക്കാൻ കഴിഞ്ഞത്—താഴ്ന്ന താപനിലകളിൽ മങ്ങിയ നീലനിറത്തിലും ഉയർന്നതാപനിലകളിൽ ഉജ്ജ്വലമായ നീലനിറത്തിലും. പ്രകാശത്തെപ്പറ്റിയുള്ള മാക്സ്‌വെല്ലിന്റെ സിദ്ധാന്തത്തിൽ എന്തോ പന്തികേട് ഉണ്ടെന്ന് മാക്സ് പ്ലാങ്ക് അനുമാ നിച്ചു. പ്രകാശത്തിലടങ്ങിയിട്ടുള്ള ഊർജ്ജത്തെപ്പറ്റി മാക്സ്‌വെല്ലിന് ശരി യായ ധാരണ ഇല്ലെന്ന നിഗമനത്തിലെത്തിയ പ്ലാങ്ക് തുടങ്ങിവച്ച വിപ്ലവ മാണ് പിന്നീട് ക്വാണ്ടം ബലതന്ത്രത്തിന് (Quantum Mechanics) ജന്മം നൽകിയ സാഹചര്യങ്ങളിലേക്ക് നയിച്ചത്.

മാക്സ് പ്ലാങ്ക് ആവിഷ്കരിച്ച സങ്കല്പമനുസരിച്ച് ദ്രവ്യത്തിന്റെ സൂക്ഷ്മതലങ്ങളിൽ ഊർജ്ജവിനിമയം (Energy exchange) സംഭവിക്കുന്നത് നിശ്ചിത അളവുകളിൽ മാത്രമാണ്. അതായത്, ഒരു 'മിനിമം' അളവിന്റെ ഗുണിതങ്ങളായിമാത്രം. ഈ 'മിനിമം' അളവിലുള്ള ഊർജ്ജത്തിന്റെ പാക്കറ്റിനെ ഒരു 'ക്വാണ്ടം' (quantum) എന്നു പറയുന്നു. ക്വാണ്ടം തിയറിയുടെ അടിസ്ഥാന സങ്കല്പമിതാണ്.

അളവുകളും തൂക്കങ്ങളും സംബന്ധിച്ച ഒരുദാഹരണത്തിലൂടെ ഈ ആശയം വ്യക്തമാക്കാൻ ശ്രമിക്കാം. കടകളിൽനിന്നും രണ്ടോ മൂന്നോ 'മിഠായി' വാങ്ങാൻ കഴിയും. ഓരോ പൊതിയിലും ഒരു നിശ്ചിത അളവ് മധുര പദാർഥം ആയിരിക്കും അടങ്ങിയിട്ടുള്ളത്. 2.5 മിഠായി വാങ്ങാൻ പറ്റുകയില്ല. എന്നാൽ പഞ്ചസാരയും പയറും മറ്റും ഏതളവിൽ വേണമെങ്കിലും തൂക്കി വാങ്ങാമല്ലോ.

സ്ഥാനചലനത്തിന്റെ കാര്യത്തിലും ഇങ്ങനൊരു പ്രത്യേകത കാണാം. കാൽനടയായി പോകുന്ന ഒരാളിന്റെ പാദപതനങ്ങൾ നിശ്ചിത അകലങ്ങളിൽ സംഭവിക്കുമ്പോൾ, തറയിലൂടെ നീങ്ങുന്ന വാഹനം എല്ലാ ബിന്ദുവിലും സ്പർശിച്ചാണല്ലോ മുന്നോട്ടുപോകുന്നത്.

ക്വാണ്ടം, ക്ലാസ്സിക്കൽ ആശയങ്ങളുടെ അന്തസ്സത്ത ഉൾക്കൊള്ളാൻ ഈ ലളിതമായ ദൃഷ്ടാന്തങ്ങൾ ഉപകരിച്ചേക്കാം. പക്ഷേ, ശ്രദ്ധിക്കേണ്ട ഒരു കാര്യമുണ്ട്; സാങ്കേതികമായി ഈ ദൃഷ്ടാന്തങ്ങൾ സന്ദർഭത്തിന് പൂർണമായും യോജിച്ചതല്ല. കാരണം, ക്വാണ്ടം പ്രതിഭാസങ്ങൾ സൂക്ഷ്മ തലങ്ങളിൽ മാത്രം സംഭവിക്കുന്നവയാണ്.

2.2 അൽപ്പം ചരിത്രം

മാക്സ് പ്ലാങ്ക് ആണ് ക്വാണ്ടം പരികൽപ്പന ആവിഷ്കരിച്ചതെന്ന് നേരത്തെ പറഞ്ഞുവല്ലോ. 1980 കളിൽ മാക്സ് പ്ലാങ്ക് തമോവസ്തു വികിരണങ്ങളെ (Black body radiation) പറ്റിയുള്ള പഠനങ്ങളിലേർപ്പെട്ടിരിക്കുകയായിരുന്നു. വൈദ്യുതോപകരണങ്ങൾ നിർമിക്കുന്ന കമ്പനികൾ ഏറ്റവും കുറച്ച് ഊർജ്ജം ചെലവാക്കി പരമാവധി പ്രകാശം ലഭ്യമാക്കുന്നതിനുള്ള ഉപായം കണ്ടുപിടിക്കുവാൻ പ്ലാങ്കിന്റെ സേവനം ആവശ്യപ്പെട്ടിരുന്നു. 1859 ൽ കിർച്ചോഫ് (Kirchhoff) തമോവസ്തുവിൽ നിന്നുള്ള ഇലക്ട്രോമാഗ്നറ്റിക് വികിരണത്തിന്റെ തീവ്രത (intensity) അതിന്റെ ആവൃത്തി (frequency) യെയും, തമോവസ്തുവിന്റെ താപനിലയെയും ആശ്രയിച്ചിരിക്കുന്നുവെന്ന് കണ്ടെത്തിയിരുന്നു. ഇത് എത്രത്തോളം ശരിയാണെന്ന് കണ്ടുപിടിക്കാൻ മാക്സ് പ്ലാങ്ക് പരീക്ഷണങ്ങൾ നടത്തി. എന്നാൽ നിലവിലുള്ള സൈദ്ധാന്തിക പശ്ചാത്തലവുമായി യോജിപ്പിലെത്താൻ കഴിഞ്ഞില്ല.

ഈ വിഷയത്തിൽ നിരീക്ഷണങ്ങൾ നടത്തിക്കൊണ്ടിരുന്ന W വീൻ (Wilhem Wien) ഉയർന്ന ആവൃത്തികളിൽ യോജിപ്പ് കണ്ടെങ്കിലും താഴ്ന്ന ആവൃത്തികളിൽ തികഞ്ഞ വ്യത്യസ്തതയാണ് ദർശിച്ചത്.

ഇതിനെ വീൻ നിയമം (Wien's Law) എന്നുപറയുന്നു.

റാലെ—ജീൻസ് (Rayleigh-Jeans)കൂട്ടുകെട്ട് നടത്തിയ പരീക്ഷണ ങ്ങളിലൂടെ പരാജയത്തിന്റെ കഥതന്നെ സ്ഥാപിക്കുകയുണ്ടായി. അവരുടെ നിരീക്ഷണഫലങ്ങൾ പിന്നീട് 'അൾട്രാവയലറ്റ് വിപത്ത്' (Ultraviolet catastrophe) എന്നപേരിൽ അറിയപ്പെട്ടു.

മാക്സ് പ്ലാങ്ക് തന്റെ നിരീക്ഷണങ്ങളിലൂടെ കണ്ടെത്തിയ വസ്തുത കൾ വിശദീകരിക്കാൻ ആവിഷ്കരിച്ച നിയമമാണ് പ്ലാങ്കിന്റെ 'ബ്ലാക്ക് ബോഡി വികിരണ നിയമം' എന്നറിയപ്പെടുന്നത്. അത് 1900 ഒക്ടോബർ 19 ന് ആദ്യമായി ഒരു കോൺഫറൻസിൽ അവതരിപ്പിക്കുകയും, 1901 ൽ അത് പ്രസിദ്ധീകരിക്കപ്പെടുകയും ചെയ്തു. ഈ പ്രഥമ പ്രബന്ധത്തിൽ ഊർജ്ജത്തിന്റെ ക്വാണ്ടീകരണം (quantisation) ഉൾപ്പെടുത്തിയിരുന്നില്ല.

1900 നവംബറിൽ പ്ലാങ്ക് തന്റെ സമീപനത്തിൽ ചില പരിഷ്കരണ ങ്ങൾ വരുത്തി. പ്രതീക്ഷകൾ നശിച്ച ഒരുവന്റെ നടപടി ആയിരുന്നു അതെന്നാണ് അദ്ദേഹം പിന്നീട് അതേപ്പറ്റി പറഞ്ഞത്. ഭൗതികശാസ്ത്ര സംബന്ധമായ തന്റെ അടിയുറച്ച വിശ്വാസങ്ങളെ ഉപേക്ഷിക്കാൻ അദ്ദേഹം നിർബന്ധിതനായത്രെ!

പുതിയ ആവിഷ്കരണത്തിന്റെ മർമപ്രധാനമായ ഭാഗം 1900 ഡിസം ബർ 14 ന് നടന്ന ഒരു ഭൗതികശാസ്ത്ര സമ്മേളനത്തിൽ അവതരിപ്പിക്കു കയുണ്ടായി. അതാണ് "ഊർജ്ജവിനിമയം 'ക്വാണ്ടങ്ങളാ'യിട്ടു മാത്രമെ സംഭവിക്കുകയുള്ളു" എന്ന മാക്സ് പ്ലാങ്കിന്റെ പ്രശസ്തമായ ക്വാണ്ടം പരികൽപ്പന. നിശ്ചിത ആവൃത്തി (ν)യിലുള്ള വികിരണത്തിന്റെ ഒരു ക്വാണ്ടം ഉൾക്കൊള്ളുന്ന ഊർജ്ജത്തിന്റെ അളവ് $E=h\nu$ ആയിരിക്കും. പുതിയൊരു സാർവലൗകിക സ്ഥിരരാശി (universal constant)യാണ് h. ഇത് പ്ലാങ്ക് സ്ഥിരാങ്കം (Planck's constant) എന്നറിയപ്പെടുന്നു. ജൂൾ സെക്കൻഡ് (Joule second) ആണ് അതിന്റെ യൂണിറ്റ്.

പ്ലാങ്ക് സ്ഥിരാങ്കത്തിന്റെ മൂല്യം: $h = 6.626 \times 10^{-34}$ ജൂൾ സെക്കന്റ് (J S). കമ്പനാവസ്ഥയിലുള്ള ഒരു തന്മാത്രയുടെ ഊർജം $h\nu$ ന്റെ ഗുണിത ങ്ങളായിരിക്കും.

$E=nh\nu$, n = 1, 2, 3,..........

ഇതിനർഥം തന്മാത്രയ്ക്ക് $h\nu$, $2h\nu$, $3h\nu$.......... എന്നിങ്ങനെ ഏത് ഊർജ്ജനിലയിലും വർത്തിക്കുവാൻ കഴിയും. ഇവയൊക്കെയാണ് തന്മാ ത്രയുടെ അനുവദനീയമായ ഊർജ്ജമൂല്യങ്ങൾ എന്നുംപറയാം. ഊർജ്ജ ത്തിനെന്നപോലെ സംവേഗം, കോണീയ സംവേഗം (angular momen- tum) തുടങ്ങിയ മറ്റു ഭൗതികരാശികൾക്കും (physical quantities) ക്വാണ്ടം നിയമം ബാധകമാണ്.

2.3 പ്രകാശഫോട്ടോണും ഫോട്ടോ ഇലക്ട്രിക് പ്രഭാവവും

മുകളിൽ വിവരിച്ച ക്വാണ്ടം സങ്കൽപ്പത്തെ അടിസ്ഥാനമാക്കി ഐൻസ്റ്റൈൻ 1905 ൽ പ്രകാശത്തിന്റെ ക്വാണ്ടം സിദ്ധാന്തം ആവിഷ്കരി

കുകയുണ്ടായി. പ്രകാശം അതിന്റെ ഉറവിടത്തിൽനിന്നും പാക്കറ്റുകളാ
യിട്ടാണത്രെ നാനാദിക്കിലേക്കും പ്രസരിക്കുന്നത്. ഈ പ്രകാശകണ
ങ്ങൾ ഫോട്ടോണുകൾ എന്നറിയപ്പെടുന്നു. ദൃശ്യപ്രകാശത്തിനെന്നപോ
ലെ ഇൻഫ്രാറെഡ്, അൾട്രാവയലറ്റ്, എക്സ്-റേ, ഗാമാ-റേ തുടങ്ങിയ
എല്ലാത്തരം ഇലക്ട്രോമാഗ്നറ്റിക് വികിരണങ്ങൾക്കും ഈ ഫോട്ടോൺ
സങ്കൽപ്പം ബാധകമാണ്. ഫോട്ടോണുകൾ എല്ലാം തന്നെ പ്രകാശവേഗ
തയിലാണ് സഞ്ചരിക്കുന്നത് എന്നകാര്യം ശ്രദ്ധേയമാണ്.

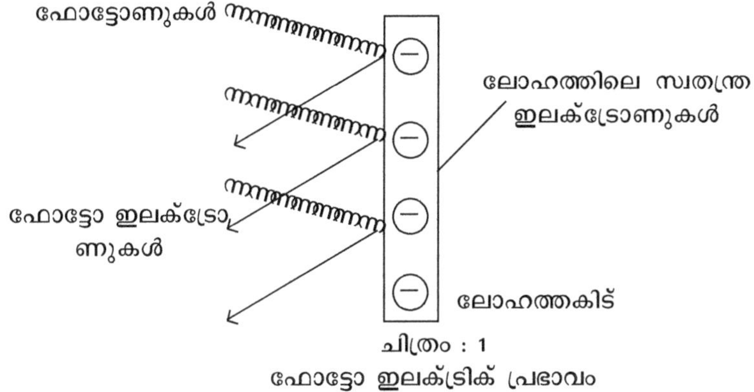

ചിത്രം : 1
ഫോട്ടോ ഇലക്ട്രിക് പ്രഭാവം

ചില പ്രത്യേക ലോഹപ്രതലങ്ങളിൽ പ്രകാശം (ദൃശ്യപ്രകാശം,
എക്സറേ, ഗാമാറേ തുടങ്ങിയവ) പതിക്കുമ്പോൾ അവയിൽനിന്നും
ഇലക്ട്രോണുകൾ പുറത്തുവരും. ഈ പ്രതിഭാസമാണ് ഫോട്ടോ ഇലക്
ട്രിക് പ്രഭാവം (Photoelectric Effect). പുറത്തുവരുന്ന ഇലക്ട്രോണു
കൾ ഫോട്ടോ ഇലക്ട്രോണുകൾ
എന്നറിയപ്പെടുന്നു. പ്രകാശത്തി
ന്റെ തരംഗസിദ്ധാന്തം (Wave
theory) ഈ പ്രതിഭാസത്തിന്
വിശദീകരണം നൽകാൻ പര്യാ
പ്തമല്ല. എന്നാൽ, ക്വാണ്ടം സി
ദ്ധാന്തത്തിന്റെ അടിസ്ഥാനത്തിൽ
ബന്ധപ്പെട്ട എല്ലാ നിരീക്ഷണ
ഫലങ്ങളും വിശദീകരിക്കാൻ
ഐൻസ്റ്റൈന് കഴിഞ്ഞു. ലോഹ
പ്രതലത്തിൽ പതിക്കുന്ന പ്രകാ
ശ ഫോട്ടോണുകളുടെ ഊർജം
ലോഹത്തിലെ സ്വതന്ത്ര ഇല
ക്ട്രോണുകൾക്കു കൈമാറും.
ലോഹപ്രതലത്തിലെ പൊട്ടെൻ

ഐൻസ്റ്റൈൻ

ഷ്യൽ പ്രതിബന്ധം തരണം ചെയ്യാൻ ഇലക്ട്രോണിന് ഊർജ്ജം ആവശ്യമാണ്. ഫോട്ടോണിൽനിന്ന് ലഭിക്കുന്ന ഊർജ്ജത്തിന്റെ ഒരുഭാഗം ഇതിനായി ചെലവഴിക്കുന്നു. അവശേഷിക്കുന്ന ഭാഗമാണ് പുറത്തുവരുമ്പോൾ അതിന്റെ ഗതികോർജ്ജം (Kinetic energy).

ഫോട്ടോ ഇലക്ട്രിക് പ്രഭാവവുമായി ബന്ധപ്പെട്ട എല്ലാ കാര്യങ്ങളും ഫോട്ടോൺ സിദ്ധാന്തമുപയോഗിച്ച് വിശദീകരിക്കാൻ കഴിയും. ഈ സൈദ്ധാന്തിക വിശദീകരണത്തിന്റെ പേരിൽ 1921 ൽ ഐൻസ്റ്റൈന് നോബൽ സമ്മാനം ലഭിക്കുകയുണ്ടായി. പലരുടെയും ധാരണ ആപേക്ഷികതാ സിദ്ധാന്തത്തിന്റെ പേരിലാണ് ഐൻസ്റ്റൈന് നോബൽ സമ്മാനം കിട്ടിയതെന്നാണ്.

ഐൻസ്റ്റൈൻ തന്റെ സിദ്ധാന്തം ഒരു സമവാക്യരൂപത്തിൽ ആവിഷ്കരിക്കുകയുണ്ടായി. ഐൻസ്റ്റൈന്റെ ഫോട്ടോ ഇലക്ട്രിക് സമവാക്യമി താണ്.

പ്രതലത്തിൽ പതിക്കുന്ന ഫോട്ടോണിന്റെ ഊർജ്ജം $=$ പ്രതലത്തിന്റെ പൊട്ടെൻഷ്യൽ + ഫോട്ടോ ഇലക്ട്രോണിന്റെ ഗതികോർജ്ജം

2.4 മറ്റുചില ക്വാണ്ടം പ്രതിഭാസങ്ങൾ

a) കോംപ്ടൺ പ്രഭാവം (Compton Effect)

എക്സ്-റേയും ഗാമാ-റേയും ദ്രവ്യ വസ്തുക്കളിൽ പതിക്കുമ്പോൾ സംഭവിക്കുന്ന പ്രകീർണ (scattering) നത്തിന്റെ ഫലമായി അവയ്ക്കു ണ്ടാകുന്ന ഊർജ്ജനഷ്ടവും തരംഗനീളവർധനവും കോംപ്ടൺ പ്രഭാവം എന്നറിയപ്പെടുന്നു. ഇവിടെ എക്സ്-റേ അഥവാ ഗാമാ-റേ ഫോട്ടോണും ആറ്റത്തിലെ ഇലക്ട്രോണും തമ്മിലുള്ള സംഘട്ടനത്തിന്റെയടിസ്ഥാന

കോംപ്ടൺ

ത്തിൽ ഈ പ്രക്രിയയ്ക്ക് കോംപ്ടൺ നൽകിയ വിശദീകരണം ക്വാണ്ടം സിദ്ധാന്തത്തിലധിഷ്ഠിതമാണെന്ന് പ്രത്യേകം പറയേണ്ടതില്ലല്ലോ.

ഫോട്ടോണുമായുള്ള സംഘ ട്ടനത്തെ തുടർന്ന് ഇലക്ട്രോണിന് സ്വസ്ഥാനത്തുനിന്നും സ്ഥാനഭ്രംശം സംഭവിക്കുന്നതാണ്. ഇതിനു വേണ്ടി വരുന്ന ഊർജ്ജം ഫോട്ടോൺ പ്രദാനം ചെയ്യുന്നതിനാൽ ഫോട്ടോണിന് ഊർ ജ്ജനഷ്ടം സംഭവിക്കുന്നു. തന്മൂലം അതിന്റെ ഫ്രീക്വൻസി കുറയുകയും, തരംഗദൈർഘ്യം (wavelength) കൂടു കയും ചെയ്യുന്നു. 1923 ൽ ആർതർ എച്ച് കോംപ്ടൺ അമേരിക്കയിൽ വാഷിങ്ടൺ യൂണിവേഴ്സിറ്റിയിലാണ്

ഈ നിരീക്ഷണം നടത്തിയത്. ഈ സുപ്രധാന കണ്ടുപിടിത്തത്തിന് 1927 ൽ ഭൗതിക ശാസ്ത്രത്തിനുള്ള നോബൽ സമ്മാനം കോംപ്ടന് ലഭിച്ചു.

കോംപ്ടൺ പ്രഭാവത്തിന്റെ പ്രാധാന്യം അത് എക്സ്-റേയുടെയും ഗാമാ-റേയുടെയും ക്വാണ്ടം സ്വഭാവം വ്യക്തമാക്കുന്നു എന്നതാണ്. ഇവിടെ അതിന്റെ പ്രസക്തിയും അതാണ്.

1892 സെപ്തംബർ 10 ന് അമേരിക്കയിലെ ഒഹായോ (Ohio) സ്റ്റേറ്റി ലാണ് കോംപ്ടന്റെ ജനനം. പ്രിൻസ്ടൺ (Princeton) യൂണിവേഴ്സിറ്റി യുടെ കീഴിലുള്ള 'വൂസ്റ്റർ' കോളേജിൽ (Wooster College) വിദ്യാഭ്യാസം പൂർത്തിയാക്കി. വാഷിങ്ടൺ, ചിക്കാഗോ, മിന്നസോട്ടാ (Minnesota) എന്നീ സർവകലാശാലകളിൽ സേവനമനുഷ്ഠിച്ചു. നോബൽ സമ്മാന ത്തിനുപുറമെ ഫ്രാങ്ക്ളിൻ മെഡലും (1940) ലഭിച്ചിട്ടുണ്ട്.

b) രാമൻ പ്രഭാവം (Raman Effect)

ഫോട്ടോ ഇലക്ട്രിക് പ്രഭാവം, കോംപ്ടൺ പ്രഭാവം എന്നിവപോലെ ക്വാണ്ടം സിദ്ധാന്തത്തിന്റെ അടിസ്ഥാനത്തിൽമാത്രം വിശദീകരിക്കാവുന്ന പ്രതിഭാസമാണ് രാമൻ പ്രഭാവവും.

പ്രകാശം അതിന്റെ ക്വാണ്ടം സ്വഭാവം പ്രകടമാക്കുന്ന മറ്റൊരു പ്രതി ഭാസമാണിത്. ഒരു ദ്രാവകത്തിലൂടെ കടന്നുപോകുന്ന പ്രകാശത്തിന് അതിലെ തന്മാത്രകളുമായി പ്രകീർണനം (scattering) സംഭവിക്കുന്നു. പ്രകീർണനത്തിനു വിധേയമാകുമ്പോൾ അതിന്റെ ഫ്രീക്വൻസിക്കു വ്യത്യാസം വരുന്നു. മറ്റൊരു തരത്തിൽ പറഞ്ഞാൽ അതിനു വർണവ്യ ത്യാസം സംഭവിക്കുന്നു. മാധ്യമത്തിൽനിന്നു പുറത്തുകടക്കുന്ന പ്രകാശം പരിശോധിച്ചാൽ, അതിൽ മുമ്പുണ്ടായിരുന്ന ഫ്രീക്വൻസികൾ ക്കുപുറമെ അവയേക്കാൾ കൂടിയതും കുറഞ്ഞതും ആയ ഫ്രീക്വൻസി കളും നിരീക്ഷിക്കാൻ കഴിയും. ഇതാണ് രാമൻപ്രഭാവം. ദ്രാവകത്തിന്റെ തന്മാത്രാഘടന (molecular structure) പഠിക്കുന്നതിന് രാമൻ പ്രഭാവം വളരെ ഫലപ്രദമായ ഉപാധിയാണ്. ക്വാണ്ടം സിദ്ധാന്തത്തിന്റെ അടിസ്ഥാ നത്തിൽമാത്രമേ രാമൻ പ്രഭാവത്തിന് തൃപ്തികരമായ വിശദീകരണം നൽകാൻ കഴിയുകയുള്ളൂ.

1928 ഫെബ്രുവരി 28 നാണ് സി വി രാമൻ, പിന്നീട് തന്റെ പേരിൽ അറിയപ്പെടാനിടയായ ഈ പ്രതിഭാസം കണ്ടുപിടിച്ചത്. താമസിയാതെ അതിന്റെ പ്രാധാന്യം ശാസ്ത്രലോകത്തിന് ബോധ്യമായി. പ്രായോഗിക തലത്തിലുള്ള അതിന്റെ സവിശേഷപ്രാധാന്യം കണക്കിലെടുത്ത് 1930 ൽ രാമന് നോബൽ സമ്മാനം നൽകുകയുണ്ടായി. ഭാരതത്തിൽ ലഭ്യമായ പരിമിതമായ സൗകര്യങ്ങൾ പ്രയോജനപ്പെടുത്തി, സ്വയം രൂപകൽപ്പന ചെയ്തു നിർമിച്ച ലളിതമായ ഉപകരണസംവിധാനത്തിന്റെ സഹായ ത്തോടെ നിരീക്ഷണം നടത്തിയാണ് രാമൻ അത്യുന്നത ബഹുമതിക്കർ ഹനായത്. അങ്ങേയറ്റം അഭിമാനകരവും അഭിനന്ദനാർഹവുമായ നേട്ട

സി വി രാമൻ

മായിരുന്നു ക്വാണ്ടം സിദ്ധാന്തത്തിനു പിൻബലമേകുന്ന രാമന്റെ കണ്ടുപിടിത്തം.

1888 നവംബർ 7 ന് ബ്രിട്ടീഷ് ഇന്ത്യയിലെ മദ്രാസ് സംസ്ഥാനത്ത് തൃശിനാപ്പള്ളി ജില്ലയിൽ തിരുവണകോവിൽ എന്ന പ്രദേശത്താണ് രാമൻ ജനിച്ചത്. പഠിത്തത്തിൽ അതിസമർഥനായിരുന്ന രാമൻ സ്കൂൾ ഫൈനൽ, ബി എ (ഫിസിക്സ്), എം എ (ഫിസിക്സ്) പരീക്ഷകൾ ഒന്നാംറാങ്കിൽ വിജയിച്ചു. കോളേജ് വിദ്യാഭ്യാസം കൽക്കട്ടയിലെ പ്രസിഡൻസി കോളേജിലാണ് നിർവഹിച്ചത്.

രക്ഷാകർത്താക്കളുടെ നിർബന്ധത്തിനുവഴങ്ങി ഇന്ത്യൻ ധനകാര്യ വകുപ്പ് നടത്തിയ മത്സരപ്പരീക്ഷ എഴുതി, ഉയർന്ന നിലയിൽ വിജയിച്ചതിനെ തുടർന്ന് ഡെപ്യൂട്ടി അക്കൗണ്ടന്റ് ജനറലായി ഉദ്യോഗത്തിൽ പ്രവേശിച്ചു. ഫിസിക്സിൽ ഗവേഷണപഠനം നടത്താൻ താൽപ്പര്യം ഉണ്ടായിരുന്നെങ്കിലും അതിനുള്ള സൗകര്യം അന്ന് ഭാരതത്തിലില്ലായിരുന്നു.

അന്ന് രാജ്യത്താകമാനമായി 160 കോളേജുകളാണുണ്ടായിരുന്നത്. എന്നാൽ ചുരുക്കം ചിലകോളേജുകളിൽ മാത്രമേ പോസ്റ്റ് ഗ്രാജ്വേറ്റ് പഠനത്തിനുപോലുമുള്ള സൗകര്യം ഉണ്ടായിരുന്നുള്ളൂ. ഒരു പ്രൈവറ്റ് ശാസ്ത്രഗവേഷണസ്ഥാപനം എന്നുപറയാവുന്ന ഒന്ന് കൽക്കട്ടയിലുണ്ടായിരുന്നു. ഇന്ത്യൻ അസോസിയേഷൻ ഫോർ ദ കൾട്ടിവേഷൻ ഓഫ് സയൻസ് (Indian Association for the Cultivation of Science). ഇത് 1876 ൽ മഹേന്ദ്രലാൽ സർക്കാർ (Mahendra Lal Sarkar) എന്ന ധനികനായ ഒരു ഡോക്ടർ സ്ഥാപിച്ചതായിരുന്നു.

കോളേജുവിദ്യാഭ്യാസം പ്രസിഡൻസികോളേജിലാണ് നിർവഹിച്ചത്. രാമൻ പ്രസിഡൻസി കോളേജിൽ ചേരുമ്പോൾ ജഗദീഷ് ചന്ദ്ര ബോസ് ആയിരുന്നു അവിടെ ഫിസിക്സ് പ്രൊഫസർ. ഭൗതിക ശാസ്ത്രത്തിന് ശ്രദ്ധേയമായ സംഭാവനകൾ നൽകിയ മേഘനാദസാഹാ, സത്യേന്ദ്രനാഥബോസ്, കെ എസ് കൃഷ്ണൻ എന്നിവർ സമകാലീനൻ ആയിരുന്നു. ഇന്ത്യയിൽ ഭൗതികശാസ്ത്രത്തിന്റെ 'ഒരു സുവർണയുഗം' ആയിരുന്നു അത് എന്നു പറയാം.

സ്വയം ഗവേഷണപഠനങ്ങളിലേർപ്പെട്ടിരുന്നതു കൂടാതെ ധാരാളം ഗവേഷണ വിദ്യാർഥികൾക്ക് മാർഗനിർദേശവും രാമൻ നൽകിയിരുന്നു. ഒരു മാതൃകാ ആചാര്യനുവേണ്ട എല്ലാ ഗുണങ്ങളും—പാണ്ഡിത്യം,

സ്വഭാവ ദാർഢ്യം, ശിഷ്യരുടെ ക്ഷേമത്തിലുള്ള ആത്മാർഥമായ താൽ പ്പര്യം ഇവയെല്ലാം വേണ്ടുവോളം രാമനിൽ പ്രകടമായിരുന്നു.

രാമന്റെ ആദ്യകാല ഗവേഷണങ്ങൾ ഭാരതീയ സംഗീതോപകരണ ങ്ങളെപ്പറ്റിയായിരുന്നു. മൃദംഗം, തബല, ചെണ്ട, മദ്ദളം, വയലിൻ, വീണ തുടങ്ങിയ ദക്ഷിണേന്ത്യൻ സംഗീതോപകരണങ്ങളുടെ ഭൗതിക ശാസ്ത്രം രാമന്റെ പഠനവിഷയമായി. ഔദ്യോഗിക ജീവിതത്തിൽനിന്ന് വിരമിച്ചശേഷം രാമൻ രത്നങ്ങളുടെ തിളക്കവും പുഷ്പങ്ങളുടെ വർണ ഭംഗിയും വർണവൈവിധ്യവും അതുപോലെതന്നെ ശാസ്ത്രീയമായ അപ ഗ്രഥനത്തിനു വിധേയമാക്കുകയുണ്ടായി.

എല്ലാ കാര്യങ്ങളും മുൻകൂട്ടി തയാറാക്കിയ പ്ലാൻ അനുസരിച്ച് ചിട്ടയോടെ നിർവഹിക്കുന്ന കാര്യത്തിൽ രാമന് നിർബന്ധമുണ്ടായിരുന്നു. 'രാമൻ പ്രഭാവം' കണ്ടെത്താൻ പരീക്ഷണം ആസൂത്രണം ചെയ്യുമ്പോൾ തന്നെ രാമന് ഒരു കാര്യത്തിൽ ഉറച്ച വിശ്വാസമുണ്ടായിരുന്നു. പ്രസ്തുത പരീക്ഷണം വിജയകരമായി കലാശിക്കുകയും പ്രതീക്ഷിക്കുന്ന ഫലം ലഭിക്കുകയും ചെയ്താൽ നോബൽ സമ്മാനം ഉറപ്പാണെന്ന്. നോബൽ കമ്മിറ്റി സമ്മാനത്തിന് തെരഞ്ഞെടുക്കപ്പെട്ടവരുടെ പേരുവിവരം പ്രഖ്യാ പിക്കുന്നതിന് ഏതാനും മാസങ്ങൾക്കുമുമ്പുതന്നെ സമ്മാനം സ്വീകരി ക്കുന്നതിനായി സ്റ്റോക് ഹോമിലേക്കുള്ള യാത്രയ്ക്ക് കപ്പലിൽ തനിക്കും ഭാര്യക്കുമായി രണ്ടു ടിക്കറ്റുകൾ എടുത്തിരുന്നു. താമസിച്ചാൽ ടിക്കറ്റ് കിട്ടാതെ വന്നാലോ?

സ്റ്റോക് ഹോമിൽവച്ച് രസകരമായ ഒരു സന്ദർഭമുണ്ടായി. രാമൻ പ്രഭാവം കണ്ടെത്തിയ ഗവേഷണത്തിൽ പ്രകാശം കടത്തിവിടാനുപയോ ഗിച്ച ഒരു മാധ്യമം ആൽക്കഹോൾ ആയിരുന്നു. നോബൽ സമ്മാനദാന ചടങ്ങിനുശേഷം നടന്ന വിരുന്നുസൽക്കാരത്തിൽ പാശ്ചാത്യരുടെ രീതി അനുസരിച്ച് വിളമ്പിയ മദ്യം, ലഹരിപദാർഥങ്ങൾ ഉപയോഗിക്കാത്ത രാമൻ രുചിച്ചുനോക്കിയതുപോലുമില്ല. ഇതുകണ്ട് അത്ഭുതം പ്രകടിപ്പിച്ച അതിഥികളോട് നർമ്മ ഭാവേന രാമൻ പറഞ്ഞതിങ്ങനെയാണ്: "ആൽ ക്കഹോളിൽ രാമൻ പ്രഭാവം കണ്ടെത്താൻ കഴിഞ്ഞെങ്കിലും രാമനിൽ ആൽക്കഹോളിന്റെ പ്രഭാവം കാണാൻ കഴിയുകയില്ല."

നോബൽ സമ്മാനത്തിനുപുറമെ മറ്റുപല ബഹുമതികളും രാമനെ തേടി എത്തുകയുണ്ടായി. നോബൽ സമ്മാനത്തിന് തെരഞ്ഞെടുത്ത പ്രഖ്യാപനം വന്നതോടെ ഭാരതമെങ്ങും ആരാധകരുണ്ടായി. കൽക്കത്താ നഗരത്തിലെ മേയർ ഡോ. ബി സി റായ് അദ്ദേഹത്തിന് ഒരു പൗര സ്വീക രണം ഏർപ്പാടുചെയ്തു. 1929 ൽ ജർമനിയിലെ 'ഫ്രെയിൻബർഗ്' (Freinburg) യൂണിവേഴ്സിറ്റി ഓണററി ഡോക്ടറേറ്റ് ബിരുദം നൽകി. നാട്ടിലാകട്ടെ, ആ വർഷത്തെ ഇന്ത്യൻ സയൻസ് കോൺഗ്രസ് പ്രസിഡ ന്റായി തെരഞ്ഞെടുക്കപ്പെട്ടു. അതേവർഷംതന്നെ ബ്രിട്ടീഷ് ഗവൺമെന്റ് 'സർ' സ്ഥാനം നൽകി രാമനെ ആദരിച്ചു. അടുത്തവർഷം ലണ്ടനിലെ റോയൽ സൊസൈറ്റി രാമന് പ്രശസ്തമായ 'ഹ്യൂഗ്സ്' മെഡൽ (Hughes

Medal) സമ്മാനിച്ചു. 1941 ൽ ഫ്രാങ്ക്ളിൻ മെഡലിലൂടെ അമേരിക്കയിൽ നിന്നുള്ള അംഗീകാരവും ലഭിച്ചു.

1954 ആഗസ്ത് 15 ന് ഭാരതസർക്കാരിന്റെ 'ഭാരതരത്നം' എന്ന അത്യുന്നത ബഹുമതിക്കർഹനായി. മറ്റൊരു ഭൗതികശാസ്ത്രജ്ഞനും ഈ ബഹുമതി ലഭിച്ചിട്ടില്ല.

ഇന്ത്യൻ ഇൻസ്റ്റിറ്റ്യൂട്ടിൽനിന്നും വിരമിച്ചശേഷം അതിനടുത്തു തന്നെ, നോബൽസമ്മാനത്തുക വിനിയോഗിച്ച് 'രാമൻ റിസർച്ച് ഇൻസ്റ്റി റ്റ്യൂട്ട്' സ്ഥാപിച്ച് അവിടേക്ക് മാറി സ്വതന്ത്രമായ ഗവേഷണ സംവി ധാനങ്ങൾ സജ്ജീകരിച്ചു.

ഇന്ത്യൻ ഇൻസ്റ്റിറ്റ്യൂട്ട് ഓഫ് സയൻസ്, രാമൻ റിസർച്ച് ഇൻസ്റ്റിറ്റ്യൂട്ട് എന്നീ സ്ഥാപനങ്ങളുമായി രാമന്റെ ബന്ധവും ആ സ്ഥാപനങ്ങളിലെ രാമന്റെ പ്രവർത്തനങ്ങളും ചുരുക്കത്തിൽ വിവരിക്കുന്നത് ഇവിടെ പ്രസ ക്തമായിരിക്കും.

b) (i) ഇന്ത്യൻ ഇൻസ്റ്റിറ്റ്യൂട്ട് ഓഫ് സയൻസ് (IISc)

1933 ൽ രാമൻ ബാംഗ്ലൂരിലെ ഇന്ത്യൻ ഇൻസ്റ്റിറ്റ്യൂട്ട് ഓഫ് സയൻ സിന്റെ (IISc) ഡയറക്ടർ സ്ഥാനത്ത് നിയമിതനായി. 1909 ൽ ആണ് ഈ സ്ഥാപനം നിലവിൽ വന്നത്. രാമന്റെ മുൻഗാമികളായ ഡയറക്ടർ മാരും, ഭൂരിഭാഗം ഫാക്കൽറ്റി അംഗങ്ങളും ബ്രിട്ടീഷുകാർ ആയിരുന്നു. ഇൻസ്റ്റിറ്റ്യൂട്ടിനെ അന്താരാഷ്ട്ര നിലവാരമുള്ള ഒരു സ്ഥാപനമാക്കി മാറ്റ ണമെന്നതായിരുന്നു രാമന്റെ ആഗ്രഹം. എന്നാൽ യൂറോപ്പിൽനിന്നും മാക്സ്ബോണിനെ (Maxborn) പ്പോലുള്ള പ്രഗത്ഭരായ ശാസ്ത്രജ്ഞരെ സ്ഥിരമായി ഇൻസ്റ്റിറ്റ്യൂട്ടിൽ നിയമിക്കാൻ ശ്രമിച്ചതുംമറ്റും മറ്റു ചിലരിൽ അപ്രീതി ഉളവാക്കി. സഹപ്രവർത്തകരെ പ്രീണിപ്പിച്ച് ഒപ്പം നിറുത്താൻ രാമന് വശമില്ലായിരുന്നു. സ്വന്തം കഴിവിലുള്ള അമിതമായ വിശ്വാസവും ആരുടെ മുന്നിലും വഴങ്ങാത്ത സ്വഭാവവും രാമന്റെ പ്രത്യേകതകളാ യിരുന്നു. ഇക്കാരണങ്ങളാൽ അടുത്ത സുഹൃത്തായ മാക്സ്ബോണു മായി രാമൻ പിണങ്ങാനിടയായി.

(ii) രാമൻ റിസർച്ച് ഇൻസ്റ്റിറ്റ്യൂട്ട്

1948 ൽ ഇന്ത്യൻ ഇൻസ്റ്റിറ്റ്യൂട്ട് ഓഫ് സയൻസിൽനിന്നും രാമൻ 'റിട്ടയർ' ചെയ്തു. രാമൻ റിസർച്ച് ഇൻസ്റ്റിറ്റ്യൂട്ട് എന്ന പേരിൽ സ്വന്തമായി ഒരു സ്ഥാപനം തുടങ്ങണമെന്ന ആഗ്രഹത്തോടെ IISc യുടെ പടി ഇറങ്ങി. നോബൽ സമ്മാനത്തുക ഉൾപ്പെടെ തനിക്കുണ്ടായിരുന്ന സമ്പാ ദ്യം മുഴുവനും അതിനായി ചെലവഴിക്കാൻ തീരുമാനിച്ചു. ഗവണ്മെന്റിൽ നിന്നും യാതൊരു ധനസഹായവും സ്വീകരിക്കരുതെന്നും നിശ്ചയിച്ചു.

രാമൻ റിസർച്ച് ഇൻസ്റ്റിറ്റ്യൂട്ട് ആയിരുന്നു 'ഇന്ത്യൻ അക്കാദമി ഓഫ് സയൻസി'ന്റെ ആസ്ഥാനം. ഇവിടെനിന്നുമാണ് *കറണ്ട് സയൻസ്* (Current Science) എന്ന പ്രസിദ്ധീകരണം മാസംതോറും മുടങ്ങാതെ പുറ ത്തുവന്നുകൊണ്ടിരുന്നത്.

നല്ലൊരു ലൈബ്രറിയും, രത്നക്കല്ലുകളുടെ ശേഖരം പ്രദർശിപ്പി ച്ചിരുന്ന ഒരു 'ജിയോളജിക്കൽ മ്യൂസിയ'വും (Geological Museum) ഇൻസ്റ്റിറ്റ്യൂട്ടിൽ ഒരുഭാഗത്ത് സജ്ജീകരിച്ചിരുന്നു. എല്ലാവർഷവും ഒക്ടോബർ 2 ന് ഗാന്ധി മെമ്മോറിയൽ പ്രഭാഷണം ഇവിടെ പതിവായി സംഘടിപ്പിക്കാറുണ്ടായിരുന്നു. ഏതാനും വർഷങ്ങളിലെ പ്രഭാഷണവിഷ യങ്ങൾ താഴെ കൊടുക്കുന്നു.

1.   സംഗീതവും സംഗീതോപകരണങ്ങളും
2.   രത്നങ്ങൾ
3.   പൂക്കളുടെ വർണങ്ങൾ
4.   കണ്ണുകളും കാഴ്ചയും
5.   കാലാവസ്ഥയുടെ ശാസ്ത്രം
6.   ഭൂകമ്പങ്ങൾ, തുടങ്ങിയവ

(iii) രാമൻ പ്രഭാവത്തിന്റെ പ്രാധാന്യം

തന്മാത്രാകമ്പനങ്ങളു (Molecular vibrations) ടെ ക്വാണ്ടം അവസ്ഥ കൾ പഠിക്കുന്നതിനുള്ള ഏറ്റവും ശക്തമായ ഉപാധിയാണ് രാമൻ പ്രഭാവം. എവിടെയും അനായാസം സജ്ജീകരിക്കാവുന്ന ഉപകരണ സംവിധാനം, ലളിതമായ നിരീക്ഷണ സൗകര്യം എന്നീ പ്രത്യേകതകൾ കാരണം തന്മാത്രാ ഘടനസംബന്ധമായ പഠനങ്ങളിൽ ഫിസിക്സിലെ യും കെമിസ്ട്രിയിലെയും നിരവധി പ്രശ്നങ്ങൾക്ക് പരിഹാരം കാണാൻ രാമൻ പ്രഭാവം ഉപയുക്തമാണ്.

രാമൻ പ്രഭാവത്തെ അടിസ്ഥാനമാക്കി പതിനായിരക്കണക്കിന് ഗവേഷണപ്രബന്ധങ്ങൾ ഭാരത്തിനകത്തും പുറത്തുനിന്നുമായി പ്രസിദ്ധീകരിക്കപ്പെട്ടിട്ടുണ്ട്. പിൽക്കാലത്ത് 'ലേസർ രാമൻ സ്പെക്ട്രോ സ്കോപ്പി' (Laser Raman Spectroscopy) എന്ന പുതിയൊരു പഠനശാഖ തന്നെ നിലവിൽ വന്നിട്ടുണ്ട്.

(iv) ജീവിതാന്ത്യം

ജീവിതാവസാനംവരെയും രാമൻ കർമനിരതനായിരുന്നു. 1970 നവംബർ 21 ന് ഹൃദയാഘാതത്തെത്തുടർന്ന് ഭാരത്തിന്റെ അഭിമാന ഭാജനമായ ആ കർമയോഗിയുടെ ജീവിതം അവസാനിച്ചു.

രാമൻപ്രഭാവം കണ്ടുപിടിച്ച ഫെബ്രുവരി 28, 'ദേശീയശാസ്ത്രദിനം' (National Science Day) എന്ന പേരിൽ രാജ്യമെങ്ങും ആചരിച്ചുവരുന്നു.

c) ഖരവസ്തുക്കളുടെ താപധാരിത (Heat capacity of Solids)

ക്വാണ്ടം തിയറിയുടെ വളർച്ചയുടെ ഘട്ടത്തിൽ ആദ്യകാലത്ത് ഐൻസ്റ്റൈൻ കണ്ടെത്തിയ സുപ്രധാനമായൊരു പ്രായോഗിക സാധ്യത ഖരവസ്തുക്കളുടെ താപധാരിത (Heat capacity) യുമായി ബന്ധപ്പെട്ട പഠനങ്ങൾക്ക് അത് ഫലപ്രദമായി വിനിയോഗിക്കാമെന്നതാണ്. ക്വാണ്ടം തിയറിയെ അടിസ്ഥാനമാക്കിയുള്ള ഐൻസ്റ്റൈന്റെ സമീകരണം പരീ

ക്ഷണ ഫലങ്ങളുമായി ശരിക്കും പൊരുത്തപ്പെടുന്ന ഒന്നാണ്. ഖര വസ്തുവിന്റെ കേവല താപനില (absolute temperature) പൂജ്യത്തെ സമീപിക്കുമ്പോൾ താപധാരിതയും അപ്രകാരം പൂജ്യത്തെ സമീപിക്കുന്നു. ക്ലാസ്സിക്കൽ ഭൗതികം പരാജയപ്പെടുന്ന ഒരു സന്ദർഭമാണിത്. ക്ലാസ്സിക്കൽ തിയറി അനുസരിച്ച് താപധാരിത വസ്തുവിന്റെ താപനിലയെ ആശ്രയിക്കുന്നില്ല. അതിനാൽ താപനില താഴുമ്പോഴും അത് സ്ഥിരമായിട്ടു നിൽക്കണം. അതുകൊണ്ടാണ് ക്ലാസിക്കൽ തിയറി പരാജയപ്പെടുന്നത്.

ക്ലാസ്സിക്കൽ തിയറി പരാജയപ്പെട്ടിടത്ത് ക്വാണ്ടം തിയറി പരീക്ഷിക്കാൻ ഐൻസ്റ്റൈൻ തയ്യാറായതായി മുകളിൽ സൂചിപ്പിച്ചുവല്ലോ. ഖരവസ്തുവിലെ ആറ്റങ്ങൾ സ്വാഭാവികമായും പരസ്പരം പ്രതിപ്രവർത്തിക്കുമല്ലോ. ഏറ്റവും ലളിതമായ സമീപനത്തിൽ ഒരു ആറ്റം അതിന്റെ തൊട്ടടുത്തുള്ളതുമായിട്ടു മാത്രമേ പ്രതിപ്രവർത്തിക്കുകയുള്ളൂ എന്ന് സങ്കൽപ്പിക്കാം. ഇത് യാഥാർഥ്യവുമായി പൂർണമായും പൊരുത്തപ്പെടുന്നില്ലെങ്കിലും, ഇത്തരമൊരു ലളിതവൽക്കരിച്ച മാതൃകയാണ് ഐൻസ്റ്റൈൻ സ്വീകരിച്ചത്.

പ്രസ്തുത മാതൃകയുടെ അടിസ്ഥാനത്തിൽ രൂപപ്പെടുത്തിയ സിദ്ധാന്തമനുസരിച്ച് പൂജ്യത്തോടടുത്ത താഴ്ന്ന താപനിലകളിൽ താപധാരിത ക്രമേണ പൂജ്യത്തോടടുക്കുന്നതാണ്. താഴെകൊടുത്തിട്ടുള്ള ഐൻസ്റ്റൈൻ സമീകരണത്തിൽ നിന്ന് ഇത് വ്യക്തമാണ്.

$$C_V = \exp[-\theta_E / T]$$

ഇവിടെ T-വസ്തുവിന്റെ താപനില ആകുന്നു. θ_E എന്നത് ഐൻസ്റ്റൈൻ താപനില എന്ന ഒരു സ്ഥിര രാശിയാണ്. താഴുന്ന താപനിലയുടെ ഒരു പ്രത്യേക ഘട്ടത്തെ ഇത് പ്രതിനിധാനം ചെയ്യുന്നു.

ക്വാണ്ടം തിയറിയുമായി ബന്ധപ്പെട്ട മറ്റു കാര്യങ്ങളോടൊപ്പം 1911 ൽ പ്രഥമ സോൾവേ സമ്മേളനത്തിൽ (Solvay Conference) ഐൻസ്റ്റൈൻ ഈ വിഷയം അവതരിപ്പിക്കുകയുണ്ടായി. നെൺസ്റ്റ് (Nernst), ഡീബൈ (Debye), മാക്സ് ബോൺ (Max Born) തുടങ്ങിയവരും താപധാരിതയുടെ ക്വാണ്ടം സിദ്ധാന്തം സംബന്ധിച്ച പഠനങ്ങളിൽ തൽപ്പരരായിരുന്നു. കൂട്ടത്തിൽ ഡീബൈയുടെ സിദ്ധാന്തം പ്രത്യേക ശ്രദ്ധ നേടുകയുണ്ടായി.

1908 മുതൽ 1913 വരെയുള്ള കാലഘട്ടത്തിൽ ക്വാണ്ടം സിദ്ധാന്തത്തെ ആധാരമാക്കി നടന്ന പഠനങ്ങൾ 1920 കളുടെ മധ്യത്തോടെ അതിന് അനുപമമായ പ്രതിഷ്ഠ നേടിക്കൊടുക്കാൻ സഹായകമായി. സാമാന്യാപേക്ഷികതാ സിദ്ധാന്തം വികസിപ്പിക്കുന്നതിൽ ദത്തശ്രദ്ധനായിരുന്നെങ്കിലും ഐൻസ്റ്റൈൻ ഈ മേഖലയിലുള്ള പഠനവും തുടരുകയുണ്ടായി.

ഇനിയങ്ങോട്ട് ക്വാണ്ടം സിദ്ധാന്തത്തിന്റെ മുന്നേറ്റംകൊണ്ട് ശ്രദ്ധേയമായ രണ്ടുപാതകൾ കാണാൻ കഴിയും. ഒന്ന് നീൽസ് ബോറിന്റെയും (Niels Bohr) ഹൈസൻബർഗിന്റെയും (Heisenberg) പാത, മറ്റേത് ദ് ബ്രോയിയും ഐൻസ്റ്റൈനും പിന്തുടർന്നതും.

2.5 ദ്രവ്യതരംഗങ്ങൾ (Matter Waves)

വികിരണങ്ങളുടെ തരംഗസ്വഭാവവും (wave nature) കണസ്വഭാവ വും (particle nature) ഇതിനകം നിരവധി പരീക്ഷണ നിരീക്ഷണങ്ങ ളിലൂടെ വ്യക്തമായിക്കഴിഞ്ഞ കാര്യ മാണ്. കണസ്വഭാവം വെളിവാക്കുന്ന ഫോട്ടോ ഇലക്ട്രിക് പ്രഭാവം തുടങ്ങി പല പ്രതിഭാസങ്ങളും വിശദമായ പഠനങ്ങൾക്ക് വിധേയമായിട്ടുണ്ട്. അങ്ങനെ അവയുടെ 'ദ്വൈത സ്വഭാവം' (dual nature) സ്ഥാപിക്കപ്പെട്ടു.

ദ്രവ്യത്തിന്റെ കണസ്വഭാവം സ്പഷ്ടമാണല്ലോ. പ്രപഞ്ചഘടനയിൽ തുല്യപ്രാധാന്യമുള്ളവയാണ് ദ്രവ്യവും (matter) വികിരണവും (radiation). അതിനാൽ വികിരണത്തിന്റെ തു പോലെ ദ്വൈതസ്വഭാവം ദ്രവ്യത്തിനും

ലൂയി ദ് ബ്രോയ്

ഉണ്ടായിരിക്കണമെന്ന് ന്യായമായും ഊഹിക്കാവുന്നതാണ്. ഫ്രഞ്ചു ഭൗതികശാസ്ത്രജ്ഞനായ ലൂയി ദ് ബ്രോയ് (Louis de Broglie) ഈ വഴിക്ക് ചിന്തിക്കുകയുണ്ടായി. അങ്ങനെ പദാർഥകണങ്ങളുടെ തരം സ്വഭാവമെന്ന ആശയം ദ് ബ്രോയ് ആവിഷ്കരിച്ചു. ദ്രവ്യതരംഗങ്ങളുടെ തരംഗനീള (wavelength) ത്തിന് ഒരു ഫോർമുലയും അതുവഴി ലഭ്യ മായി: $\lambda = h/mv = h/p$. [$\lambda =$ തരംഗനീളം, $m =$ കണത്തിന്റെ ദ്രവ്യമാനം, $v =$ അതിന്റെ വേഗത, $p = mv =$ കണത്തിന്റെ സംവേഗം (momentum), $h =$ പ്ലാങ്ക് സ്ഥിരാങ്കം.]

h വളരെ ചെറിയ സംഖ്യ ($h = 6.6255 \times 10^{-34}$ ജൂൾ-സെക്കന്റ്) ആണെ ങ്കിലും അത് പൂജ്യത്തിൽനിന്ന് വിഭിന്നമായിരിക്കുന്നിടത്തോളം ക്വാണ്ടം പ്രഭാവം പ്രകടമായിരിക്കും. ക്വാണ്ടം ഭൗതികം ക്ലാസ്സിക്കൽ ഭൗതിക ത്തിന് വഴിമാറുന്നത് $h = 0$ എന്ന പരിധിയിലാണ്.

ദ് ബ്രോയ് ഫോർമുല ഉപയോഗിച്ച് ഇലക്ട്രോണിന്റെ തരംഗനീളം കണക്കാക്കാം. വിശ്രമാവസ്ഥയിലുള്ള ഒരു ഇലക്ട്രോണിനെ V വോൾട്ട് പൊട്ടെൻഷ്യൽ വ്യത്യാസം (Potential difference) ഉപയോഗിച്ച് ത്വര ണത്തിന് വിധേയമാക്കിയാൽ അതിന്റെ ദ് ബ്രോയ് തരംഗനീളം (λ) എന്തായിരിക്കുമെന്ന് കണക്കാക്കപ്പെട്ടിട്ടുണ്ട്: $\lambda = h / (2meV)^{1/2}$: ഇവിടെ m ഇലക്ട്രോണിന്റെ ദ്രവ്യമാനവും, e- അതിന്റെ വൈദ്യുത ചാർജും ആകുന്നു. ഈ സമവാക്യം ഉപയോഗിച്ച് കണക്കുകൂട്ടിയാൽ $V = 100$ വോൾട്ട് ആണെങ്കിൽ $\lambda = 1.227 A^0$ എന്നുകിട്ടും ($1 A^0 = 10^{-10}$ മീറ്റർ). ഇത് എക്സറേയുടെ തരംഗനീളപരിധിയിലാണ്.

തുടർന്ന് ദ് ബ്രോയിയുടെ സിദ്ധാന്തം തെളിയിക്കുന്നതിന് ചില

പരീക്ഷണങ്ങൾ ആസൂത്രണം ചെയ്ത് നടത്തുകയുണ്ടായി. ഡേവിസ്സൺ (Davisson) ജെർമർ (Germer) എന്നിവർകൂട്ടായും പിന്നീട് G.P. തോംസൺ പ്രത്യേകമായും നടത്തിയ പരീക്ഷണങ്ങളുടെ ഫലം ദ്രവ്യ തരംഗങ്ങളെ സംബന്ധിച്ച് മുകളിൽ കണ്ട സൈദ്ധാന്തിക പ്രവചനങ്ങൾ ശരിയാണെന്ന് തെളിയിച്ചു.

2.5 (i) ഇലക്ട്രോൺ വിഭംഗനം (Electron Diffraction)

പ്രകാശവും മറ്റ് ഇലക്ട്രോമാഗ്നറ്റിക് തരംഗങ്ങളും വിഭംഗനം (diffraction) എന്ന പ്രതിഭാസം പ്രകടമാക്കുന്നതായിട്ടറിയാമല്ലോ. വിഭംഗനം ഒരു തരംഗസ്വഭാവമാണെന്നത് സുസ്ഥാപിതമായ വസ്തുതയാണ്. എന്നാൽ ഇലക്ട്രോൺ, ന്യൂട്രോൺ തുടങ്ങിയ സൂക്ഷ്മകണങ്ങളും വിഭം ഗന 'പാറ്റേൺ' (diffraction pattern) സൃഷ്ടിക്കുന്നു എന്നതും തെളിയി ക്കപ്പെട്ടിട്ടുണ്ട്. ഡേവിസ്സൺ, ജെർമർ എന്നിവർ ചേർന്നു നടത്തിയ ഇല ക്ട്രോൺ വിഭംഗന പരീക്ഷണത്തിലൂടെ ഇക്കാര്യം വ്യക്തമായി.

2.5 (ii) കണമോ തരംഗമോ?

അങ്ങനെ കണത്തിന്റെയും തരംഗത്തിന്റെയും സ്വഭാവം പ്രകടമാ ക്കുന്ന ഇലക്ട്രോൺ യഥാർഥത്തിൽ കണമാണോ, അതോ തരംഗമാ ണോ എന്നു ചോദിച്ചാൽ എന്തായിരിക്കും ഉത്തരം? "തീർത്തു പറയാനാ വില്ല. രണ്ടിന്റെയും സവിശേഷതകൾ പ്രകടമാക്കുന്ന ഒരു വസ്തു എന്നു മാത്രമെ പറയാൻ കഴിയൂ."

ഇലക്ട്രോണിന്റെ ഏതു പ്രകൃതിയെയാണോ കാണാനുദ്ദേശിക്കു ന്നത് അതിനനുസരിച്ച ഭൗതിക സാഹചര്യവും ഉപകരണ സംവിധാനവും ആയിരിക്കുമല്ലോ നിരീക്ഷകൻ സജ്ജീകരിക്കുന്നത്. ഫോട്ടോ ഇലക്ട്രിക് പ്രഭാവവും കോംപ്ടൺ പ്രഭാവവും മറ്റും കണപ്രകൃതിയെ ആശ്രയിച്ചുള്ള പ്രതിഭാസങ്ങളാണ്. എന്നാൽ ഡേവിസ്സൺ--ജെർമർ പരീക്ഷണത്തിലും, G P തോംസൺ പരീക്ഷണത്തിലും തരംഗഭാവമാണ് പ്രസക്തമായിട്ടുള്ളത്. അങ്ങനെ നോക്കുമ്പോൾ നിരീക്ഷകൻ എങ്ങനെ ഇലക്ട്രോണിനെ കാണാൻ ആഗ്രഹിക്കുന്നുവോ, അതേ രൂപഭാവങ്ങളിൽ അത് പ്രത്യക്ഷപ്പെടുന്നു. അഥവാ അതിന്റെ സാന്നിധ്യം പ്രകടമാക്കുന്നു എന്നു കരുതുന്നതാവും ഉചിതം.

3

അണുഘടന (Structure of the Atom)

3.1 ആമുഖം

ആധുനിക ശാസ്ത്രപ്രകാരം ഒരു മൂലകത്തിന്റെ രാസസ്വഭാവമുൾക്കൊള്ളുന്ന ഏറ്റവും ചെറിയ അംശമാണ് അതിന്റെ അണു (atom).

സ്ഥൂല പദാർഥങ്ങൾ സൂക്ഷ്മകണങ്ങളാൽ നിർമിതമാണെന്ന ആശയം ആദ്യമായിട്ടവതരിപ്പിച്ചത് വൈശേഷിക ദർശനകാരനായ കണാദൻ ആയിരുന്നു. ശാസ്ത്രചരിത്രത്തിൽ ഈ സ്ഥാനം നേടിയിട്ടു ള്ളത് ഡാൾട്ടൺ (Dalton) എന്ന രസതന്ത്രജ്ഞനാണ്. വിശദാംശങ്ങളിൽ ഇവരുടെ ആശയങ്ങൾക്ക് അണുഘടനയുടെ ആധുനിക സിദ്ധാന്തങ്ങളു മായി പൊരുത്തമില്ലെങ്കിലും അവരുടെ മൗലികമായ സമീപനങ്ങൾ തീർ ച്ചയായും പ്രശംസാർഹമാണ്.

ആധുനികശാസ്ത്രം

3.2 തോംസൺ നിർദേശിച്ച അണുമാതൃക

ഭൗതികശാസ്ത്രത്തിൽ അണുവിന്റെ ഘടന വിശദമാക്കുന്നതിന് ഒരു മാതൃക (model) ആദ്യമായിട്ടവതരിപ്പിച്ചത് J J തോംസൺ ആണ്. തോംസൺ നിർദേശിച്ച അണുമാതൃകയിൽ, അണുവിനെ ഒരു ഗോള മായിട്ടാണ് സങ്കൽപ്പിച്ചിരിക്കുന്നത്. ഗോളത്തിന്റെ വ്യാസം (diameter) $\sim 10^{-10}$ മീറ്റർ ആകുന്നു. ഇലക്ട്രോണുകളുടെ സ്ഥാനം പോസിറ്റീവ് ചാർജ് വാഹിയായ ഈ ഗോളത്തിന്റെ പുറത്ത് അവിടവിടെ ആയിട്ടാ ണ്—പുഡ്ഡിംഗിന്റെ പുറത്ത് ചെറിപഴങ്ങൾ എന്നപോലെ. ഇക്കാരണ ത്താൽ ഇതിനെ 'പ്ലം പുഡ്ഡിംഗ് മോഡൽ' (plum pudding model) എന്ന് വിശേഷിപ്പിക്കാറുണ്ട്. പ്രാകൃതമായ ഈ അണുമാതൃക ഉപയോഗിച്ച് ഹൈഡ്രജന്റെയും മറ്റ് മൂലകങ്ങളുടെയും സ്പെക്ട്ര രേഖകൾ (spectral lines) എങ്ങനെ ഉണ്ടാകുന്നുവെന്നോ അവയുടെ ഫ്രീക്വൻസി എങ്ങനെ കണ്ടുപിടിക്കാമെന്നോ മനസ്സിലാക്കാൻ സാധ്യമല്ല. അതിനാൽ ഈ മാതൃക ശാസ്ത്രലോകത്തിന് സ്വീകാര്യമായില്ല.

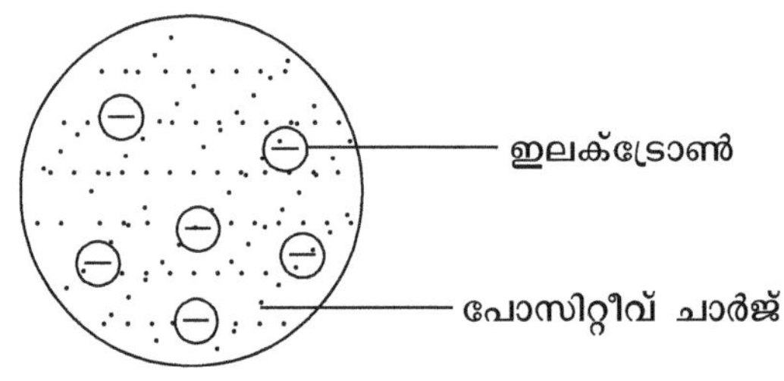

ചിത്രം : 2
തോംസൺ അണുമാതൃക

3.3 റൂഥർ ഫോർഡിന്റെ ന്യൂക്ലിയർ ആറ്റം മോഡൽ

1911 ൽ റൂഥർഫോർഡ് (Rutherford) നിർദേശിച്ച അണുമാതൃക അനുസരിച്ച്, ഭാരമേറിയ ഒരു കേന്ദ്രവും അതിനുചുറ്റും ഭ്രമണപഥ ങ്ങളിൽ വിന്യസിച്ചിട്ടുള്ള ഇലക്ട്രോ ണുകളും ചേർന്ന ഘടനയാണ് ആറ്റത്തിന്റേത്. പോസിറ്റീവ് ചാർജ് വഹിക്കുന്ന ദൃഢമായ അണുകേന്ദ്ര ത്തിന്റെ വലുപ്പം ഏതാണ്ട് 10^{-14} മീറ്റർ ആണ്. ഈ അണുകേന്ദ്രം 'ന്യൂക്ലി യസ്' (Nucleus) എന്നറിയപ്പെടുന്നു. α- കണങ്ങൾ ഉപയോഗിച്ച് റൂഥർഫോർഡ് നടത്തിയ പ്രകീർ ണനപരീക്ഷണങ്ങളി (scattering experiments) ലൂടെയാണ് ആറ്റ ത്തിന് ഇപ്രകാരം ഒരു ന്യൂക്ലിയസ്

റൂഥർ ഫോർഡ്

ഉണ്ടെന്ന് സംശയാതീതമായി സ്ഥാപിക്കാൻ കഴിഞ്ഞത്. സ്വർണ അകിടിലേക്ക് ഊർജ്ജസ്വലമായ α- കണങ്ങളെ പായിച്ചാണ് പ്രകീർ ണനപരീക്ഷണം നടത്തിയത്. 2 പ്രോട്ടോണും 2 ന്യൂട്രോണും ചേർന്ന പോസിറ്റീവ് ചാർജ് വാഹിയായ α- കണത്തിന് സ്വർണത്തകിടിലെ അണുകേന്ദ്രവുമായുള്ള സംഘട്ടനം മൂലമാണ് പ്രകീർണനം സംഭ വിക്കുന്നത് എന്നായിരുന്നു റൂഥർഫോർഡിന്റെ നിഗമനം. ചില കണങ്ങൾ വ്യതിചലനം സംഭവിക്കാതെ നേരെ പോകുന്നതായി കണ്ടു. ആറ്റത്തിൽ ധാരാളം ശൂന്യസ്ഥലമുണ്ടായിരിക്കണമെന്നും ന്യൂക്ലിയസിൽനിന്ന് വളരെ

അകലെക്കൂടി പോകുന്ന α-കണത്തിന് തന്മൂലം വ്യതിചലനം സംഭവിക്കുന്നില്ലെന്നും മനസ്സിലായി. അണുകേന്ദ്രത്തിനുനേരെ സഞ്ചരിച്ച് അതിൽ തട്ടി 180° വ്യതിചലിച്ച് നേരെ എതിർദിശയിൽ മടങ്ങുന്നതാണ് മറ്റൊരു സവിശേഷ സാധ്യത. എന്തായാലും ഈ പരീക്ഷണംവഴി ആറ്റത്തിന് ഒരു ന്യൂക്ലിയസ് ഉണ്ടെന്ന് സ്ഥാപിക്കാൻ കഴിഞ്ഞു. മാത്രമല്ല, α-കണത്തിന്റേതുപോലെ അണുകേന്ദ്രത്തിന്റെ വൈദ്യുതചാർജും പോസിറ്റീവ് ആണെന്നും വ്യക്തമായി.

ഇതിൽനിന്നും സ്പഷ്ടമാകുന്ന മറ്റൊരു കാര്യം ആറ്റത്തിനുള്ളിൽ ധാരാളം ശൂന്യസ്ഥലമുണ്ടെന്നതാണ്. ദ്രവ്യത്താൽ തിങ്ങിനിറഞ്ഞ് കാണപ്പെടുന്ന ഖരവസ്തുവിനുള്ളിൽ നല്ലൊരുഭാഗം ശൂന്യസ്ഥലങ്ങളാണെന്നത് കൗതുകകരമായി തോന്നുന്നില്ലേ? ഈ ശൂന്യസ്ഥലങ്ങളാകട്ടെ, പോസിറ്റീവും നെഗറ്റീവും ആയ വൈദ്യുതചാർജുകളുടെ ബന്ധനത്തിലാണ്. ആറ്റത്തിൽ ഇലക്ട്രോണുകൾ വഹിക്കുന്ന ആകെ നെഗറ്റീവ് ചാർജിന് തുല്യമായ അളവിലാണ് ന്യൂക്ലിയസിലെ പോസിറ്റീവ് ചാർജ്. അതിനാൽ മൊത്തത്തിൽ നോക്കിയാൽ ചാർജ് രഹിതമായ (electrically neutral) വസ്തുവാണ് ആറ്റം. ആറ്റത്തിന്റെ ആകമാനമുള്ള വലുപ്പത്തിന്റെ നൂറായിരത്തിലൊരംശം (10^{-15}) മീറ്റർ മാത്രമാണ് ന്യൂക്ലിയസിന്റേത്. ഇലക്ട്രോണുകളുടെ സ്ഥാനംകൂടി കണക്കിലെടുത്താൽ ആറ്റത്തിന്റെ വലുപ്പം 10^{-10} മീറ്റർ വരും.

അണുഘടനയെ സംബന്ധിച്ച പഠനങ്ങൾ ആറ്റത്തിന്റെ ന്യൂക്ലിയർ മോഡലിലേക്കു നയിച്ചു. റുഥർഫോർഡ് ഭൗതികശാസ്ത്രത്തിനു നൽകിയ ഏറ്റവും വലിയ സംഭാവന ഇതാണ്. ഗവേഷണം തുടർന്നുകൊണ്ടിരുന്ന റുഥർഫോർഡ് 1919 ൽ കൃത്രിമമായി മൂലകങ്ങളെ പരിവർത്തനപ്പെടുത്തുന്നതിൽ വിജയിച്ചു. സാങ്കേതികമായി 'കൃത്രിമമൂലകാന്തരണം' (artificial transmutation) എന്നാണ് ഈ പ്രക്രിയ അറിയപ്പെടുന്നത്. അതേവർഷം അദ്ദേഹം പ്രശസ്തമായ 'കാവെൻഡിഷ് (Cavendish) ലാബിന്റെ ഡയറക്ടറായി നിയമിതനായി. റുഥർഫോർഡിന്റെ അണുമാതൃകയെ നീൽസ് ബോർ പിന്നീട് പരിഷ്കരിക്കുകയുണ്ടായി. ഈ പഠനങ്ങൾ ക്വാണ്ടം തിയറി ശരിയായ അടിത്തറയിൽ സ്ഥാപിക്കുന്നതിന് നിർണായകമായ പങ്കുവഹിച്ചു എന്നത് ചരിത്ര വസ്തുതയാണ്.

കാലത്തിൽ അൽപ്പം പുറകോട്ടുപോകാം. 1907 ൽ റുഥർഫോർഡ് മാഞ്ചസ്റ്റർ (ഇംഗ്ലണ്ട്) യൂണിവേഴ്സിറ്റിയിൽ ഫിസിക്സ് പ്രൊഫസറായി. അടുത്തവർഷം (1908) അദ്ദേഹത്തിന് കെമിസ്ട്രിയിൽ നോബൽ സമ്മാനം ലഭിച്ചു. ഇത് 'റേഡിയോ ആക്ടീവത' (Radio activity) സംബന്ധിച്ച പഠനങ്ങൾക്കായിരുന്നു. നോബൽ കമ്മിറ്റി അന്ന് ഈ വിഷയത്തെ കെമിസ്ട്രിയിലാണുൾപ്പെടുത്തിയത്. കെമിസ്ട്രി ഫിസിക്സിന്റെ ഒരു ശാഖമാത്രമാണെന്ന് അക്കാലത്ത് ഭൗതിക ശാസ്ത്രജ്ഞർ പറയുമായിരുന്ന ഒരു 'ഫലിതം' ഇവിടെ സ്മരണീയമാണ്.

3.4 ബോർ ആറ്റം മോഡൽ

റൂഥർഫോർഡിന്റെ ആറ്റം മോഡ ലിന് ഒരു പോരായ്മ ഉള്ളതായി പിന്നീട് മനസ്സിലായി. വൈദ്യുത ചാർജ് വഹി ക്കുന്ന ഇലക്ട്രോൺ ഭ്രമണപഥത്തിൽ സഞ്ചരിക്കവെ അതിൽനിന്ന് റേഡിയേ ഷൻ (ഊർജ്ജം) നിർഗമിക്കണം. ഇത് ക്ലാസ്സിക്കൽ ഭൗതികനിയമമാണ്. അതി ന്റെ ഫലമായി ക്രമേണ ഇലക്ട്രോൺ ന്യൂക്ലിയസിനോട് കൂടുതൽ അടു ത്തുള്ള പഥങ്ങളിലേക്ക് മാറിക്കൊണ്ടി രിക്കും; ഒടുവിൽ ന്യൂക്ലിയസിൽ പതിക്കു ന്നതോടെ ആറ്റത്തിന്റെ നിലനിൽപ്പു തന്നെ അപകടത്തിലാകുന്നു. അക്കാര ണത്താൽ റൂഥർഫോർഡിന്റെ 'ന്യൂക്ലി

നീൽസ്ബോർ

യർ ആറ്റം' മോഡൽ സ്വീകാര്യമല്ലാതായി. അതിന്റെ പോരായ്മകൾ പരിഹരിച്ച് മറ്റൊരു മോഡലിന് നീൽസ്ബോർ (Niels Bohr) രൂപം നൽകി. ആറ്റത്തിന്റെ സ്ഥിരത ഉറപ്പുവരുത്താനായി ഒരു സവിശേഷ സങ്ക ൽപ്പം ബോർ ആവിഷ്കരിച്ചു. ഇതിനായി ക്ലാസിക്കൽ ആശയങ്ങൾക്കുപു റമെ ക്വാണ്ടം തിയറിയിൽനിന്ന് ചില ആശയങ്ങൾകൂടി ഉൾപ്പെ ടുത്തിയാണ് ആറ്റം മോഡലിന് രൂപംനൽകിയത്. രണ്ട് സങ്കൽപ്പങ്ങളിൽ (Postulates) അധിഷ്ഠിതമാണ് ബോർ സിദ്ധാന്തം.

1) ഇലക്ട്രോണിന് ന്യൂക്ലിയസിനുചുറ്റും ഏത് ഭ്രമണപഥത്തിലൂ ടെയും സഞ്ചരിക്കാനാവില്ല. കോണീയ സംവേഗം (angular momentum) ($h/2\pi$യുടെ പൂർണഗുണിതങ്ങളായിട്ടുള്ള ഭ്രമണപഥങ്ങൾ മാത്രമെ അനുവദനീയമായിട്ടുള്ളൂ.

$$L = mvr = n(h/2\pi); \quad n = 1,2,3\ldots \quad \text{————}\textcircled{1}$$

ഈ ഭ്രമണപഥങ്ങളെ സുസ്ഥിരപഥങ്ങൾ (Stationary orbits) എന്നുപറയുന്നു. ഭ്രമണപഥം വൃത്താകാരമായതുകൊണ്ട് അതിലൂടെ സഞ്ചരിക്കുന്ന കണത്തിന്റെ സന്തുലനത്തിന് അതിന്മേൽ പ്രവർത്തി ക്കുന്ന അപകേന്ദ്രബലവും (centrifugal force) കേന്ദ്രത്തിലേക്ക് ന്യൂക്ലി യസ് പ്രയോഗിക്കുന്ന ആകർഷണബലവും തുല്യമായിരിക്കണം. മറ്റൊരു തരത്തിൽ പറഞ്ഞാൽ ഭ്രമണപഥത്തിലെ സഞ്ചാരത്തിനുവേണ്ട അപ കേന്ദ്രബലം അണുകേന്ദ്രത്തിലേക്കുള്ള ആകർഷണമാണ് പ്രദാനം ചെയ്യുന്നത്. അതിനാൽ

$$\frac{mv^2}{r} = \frac{K.ze^2}{r^2} \quad \text{————————}\textcircled{2}$$

e, m - ഇലക്ട്രോണിന്റെ വൈദ്യുത ചാർജ്, ദ്രവ്യമാനം.
v - അതിന്റെ ഭ്രമണപഥത്തിലെ വേഗത.

Z - അണുകേന്ദ്രത്തിലെ പ്രോട്ടോണുകളുടെ എണ്ണം [ആറ്റത്തിന്റെ അറ്റോമിക് നമ്പർ (atomic number)]. ഇതുതന്നെയാണ് ആകെ ഇലക് ട്രോണുകളുടെയും എണ്ണം.

m - ഭ്രമണപഥത്തിന്റെ വ്യാസാർദ്ധം (radius)

$$K = \frac{1}{4\pi\varepsilon_0} = 9 \times 10^9 \text{ ന്യൂട്ടൺ } (\text{മീറ്റർ})^2/(\text{കൂളം})^2$$

(1), (2) എന്നീ സമവാക്യങ്ങളിൽനിന്നും ഭ്രമണപഥത്തിന്റെ വ്യാസാർദ്ധം കണ്ടുപിടിക്കാം.

$$r_n = \frac{n^2h^2}{4\pi^2 mKze^2} \qquad\qquad\qquad (3)$$

ഇവിടെ n എന്നത് ഭ്രമണപഥത്തിന്റെ ക്രമനമ്പർ (അതായത്, അണുകേന്ദ്രത്തിൽനിന്നും പുറത്തേക്ക് എണ്ണിയാൽ എത്രാമത്തെ ഭ്രമണപഥം എന്നത്) ആകുന്നു. ഈ ക്രമനമ്പർ പ്രിൻസിപ്പൽ ക്വാണ്ടം നമ്പർ (prinicipal quantum number) എന്നറിയപ്പെടുന്നു. ഹൈഡ്രജൻ ആറ്റത്തിന് $Z=1$ ആണല്ലോ. അതിനാൽ

$$r_n = \frac{n^2h^2}{4\pi^2 mKe^2} = n^2 a_0, \qquad\qquad (4)$$

$$a_0 = h^2/(4\pi^2 mKe^2); \qquad\qquad (5)$$

എന്നത് ബോർ വ്യാസാർദ്ധം (Bohr radius) എന്ന് അറിയപ്പെടുന്നു. ഇത് ഏകദേശം 5.3×10^{-11} മീറ്റർ വരും. സമവാക്യം (1)ൽ നിന്നും ഹൈഡ്ര ജൻ ആറ്റത്തിലെ ഇലക്ട്രോണിന്റെ ഗതികോർജ്ജം (Kinetic energy)

$$T = \tfrac{1}{2}mv^2 = \frac{Ke^2}{2r} \qquad\qquad\qquad (6)$$

ഇലക്ട്രോസ്റ്റാറ്റിക് നിയമമനുസരിച്ച് പൊട്ടെൻഷ്യൽ ഊർജ്ജം

$$U = -\frac{Ke^2}{r} \qquad\qquad\qquad\qquad (7)$$

ആകെ ഊർജം $En = T + U = -\dfrac{Ke^2}{2n^2a_0} \qquad\qquad (8)$

ഇതിൽനിന്നും $n=1$ എന്നെടുത്താൽ ന്യൂക്ലിയസിനോട് ഏറ്റവും അടുത്ത പഥത്തിലെ ഇലക്ട്രോൺ ഊർജ്ജം $E_1 = -\dfrac{Ke^2}{2a_0} = -13.6$ ഇലക്ട്രോൺ വോൾട്ട്. $n=2,3,4\ldots\ldots$ എന്ന് എന്നെടുത്ത് അതിനു പുറത്തുള്ള രണ്ടാമത്തെയും, മൂന്നാമത്തെയും, നാലാമത്തെയും,$\ldots\ldots$ എന്നക്രമത്തിൽ പഥങ്ങളുടെ വ്യാസാർധവും ഊർജ്ജമൂല്യവും ബോറിന്റെ ഫോർമുലകൾ ഉപയോഗിച്ച് കണ്ടുപിടിക്കാം.

3.4 (i) സ്പെക്ട്രരേഖകളുടെ ഉത്ഭവം

ക്വാണ്ടം തിയറിയുടെ അടിസ്ഥാനത്തിൽ ലഭ്യമാക്കിയ ബോർ

ഫോർമുലകൾ ഉപയോഗിച്ച് ഹൈഡ്രജൻ സ്പെക്ട്രത്തിൽ കാണുന്ന സ്പെക്ട്രരേഖകൾ എങ്ങനെ ഉത്ഭവിക്കുന്നുവെന്ന് വിശദീകരിക്കാൻ കഴിഞ്ഞു. ഉയർന്ന ഊർജനിലകളിൽനിന്ന് താഴ്ന്ന ഊർജനിലകളിലേക്ക് ഇലക്ട്രോൺ സംക്രമണം (transition) സംഭവിക്കുമ്പോൾ ആറ്റത്തിൽ നിന്നു നിർഗമിക്കുന്ന ഊർജ്ജഫോട്ടോണുകളുടെ ഫ്രീക്വൻസിക്കനു സൃതമായി സ്പെക്ട്രത്തിൽ രേഖകൾ കാണാം. ഇങ്ങനെ ലഭിക്കുന്ന രേഖാ സ്പെക്ട്രമാണ് ഹൈഡ്രജന്റെ അണുസ്പെക്ട്രം (atomic spectrum).

$$\nu = (E^1 - E^2) / h$$

$$= \frac{me^4}{8\,\varepsilon_0^2\,h^3}\left(\frac{1}{n_2^2} - \frac{1}{n_1^2}\right) \quad\text{————————}(9)$$

പുറത്തുവരുന്ന വികിരണത്തിന്റെ ഫ്രീക്വൻസിയാണ് ν; അതിന്റെ തരംഗനീളം $\lambda = c/\nu$

$$\therefore\ \frac{1}{\lambda} = \frac{\nu}{c} = \frac{me^4}{8\,\varepsilon_0^2\,ch^3}\left(\frac{1}{n_2^2} - \frac{1}{n_1^2}\right) = R\left(\frac{1}{n_2^2} - \frac{1}{n_1^2}\right) \dots\dots$$

$$= R\left(\frac{1}{n_2^2} - \frac{1}{n_1^2}\right) \quad\text{————————}(10)$$

$$R = \frac{me^4}{8\,\varepsilon_0^2\,ch^3} \quad\text{————————}(11)$$

ഇവിടെ

ഈ സ്ഥിരസംഖ്യ, റിഡ്ബെർഗ് സ്ഥിരാങ്കം (Rydbery constant) എന്നറിയപ്പെടുന്നു.

3.4 (ii) ഹൈഡ്രജന്റെ സ്പെക്ട്ര ശ്രേണികൾ

ബോർഫോർമുല ഉപയോഗിച്ച് ഹൈഡ്രജന്റെ സെപ്ക്ട്രശ്രേണി കൾ (spectral series)ക്ക് വിശദീകരണം നൽകാൻ കഴിഞ്ഞു. ലൈമാൻ ശ്രേണി (Lymann Series), ബാമർ ശ്രേണി (Balmer Series), പാഷൻ ശ്രേണി (Paschen Series), ബ്രാക്കെറ്റ് ശ്രേണി (Brackett Series), പ്ഫണ്ട് ശ്രേണി (Pfund Series) എന്നിങ്ങനെ ഏതാനും സ്പെക്ട്ര ശ്രേണികളാണ് നിരീക്ഷിക്കപ്പെട്ടിട്ടുള്ളത്. ഇവയുടെ ഉത്ഭവവും ഘടന യും നീൽസ് ബോർ തന്റെ ആറ്റം സിദ്ധാന്തത്തിന്റെ അടിസ്ഥാനത്തിൽ വിശദീകരിക്കുകയുണ്ടായി. ഉയർന്ന ഊർജ്ജനിലകളിൽനിന്ന് താഴ്ന്ന നിലകളിലേക്ക് ഇലക്ട്രോൺ സംക്രമണം (transition) സംഭവിക്കു മ്പോൾ എങ്ങനെ ഈ സ്പെക്ട്രശ്രേണികൾ ഉത്ഭവിക്കുന്നു എന്ന് താഴെകൊടുത്തിട്ടുള്ള ചിത്രത്തിൽ നിന്ന് വ്യക്തമാണ്.

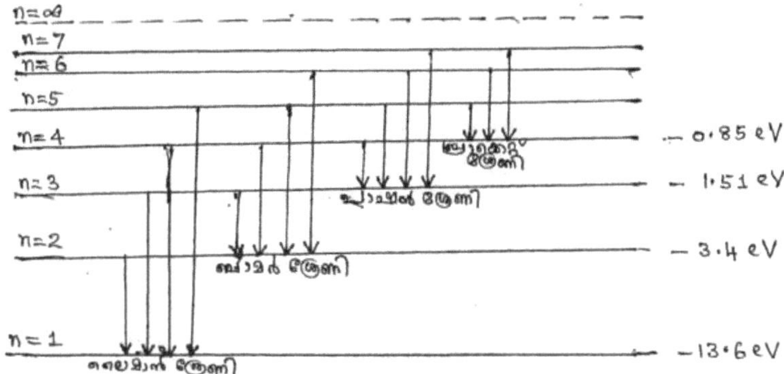

ചിത്രം 3. ഹൈഡ്രജൻ ആറ്റത്തിന്റെ സ്പെക്ട്രശ്രേണികൾ

3.4 (iii) ബോർ സിദ്ധാന്തത്തിന്റെ പരിമിതികൾ

അണുഘടനയുടെ ലളിതമായ ഒരു ചിത്രമാണല്ലോ ബോർ അവത രിപ്പിച്ചത്. കേന്ദ്രത്തിൽ സൂര്യനും, ചുറ്റും വിവിധ ഭ്രമണപഥങ്ങളിൽ ചുറ്റി ത്തിരിയുന്ന ഗ്രഹങ്ങളും ചേർന്ന സൗരയൂഥത്തെ അനുസ്മരിപ്പിക്കുന്ന പരിചിതമായ ചിത്രമാണ് ബോർ ആറ്റത്തിന്റേത്.

സ്പെക്ട്രരേഖകൾ എങ്ങനെ ഉണ്ടാകുന്നുവെന്നും, സ്പെക്ട്രരേഖ കളുടെ വിവിധ ശ്രേണികൾ എങ്ങനെ ഉത്ഭവിക്കുന്നുവെന്നും വിശദീ കരിക്കാൻ ബോർ സിദ്ധാന്തത്തിന് കഴിഞ്ഞുവെങ്കിലും അതിന് ചില പരിമിതികളുടെ പോരായ്മ ഉണ്ടായിരുന്നു.

● ഭ്രമണപഥം വൃത്താകാരമാണെന്ന സങ്കൽപ്പത്തിന് ബോർ ന്യായീ കരണമൊന്നും നൽകിയില്ല.

● മൈക്രോസ് കോപ്പിന്റെ സഹായത്തോടെയുള്ള പരിശോധനയിൽ സ്പെക്ട്രരേഖകൾക്ക് സൂക്ഷ്മഘടന (Fine structure) ഉണ്ടെന്ന് കണ്ടി രുന്നു. പ്രത്യക്ഷത്തിൽ ഒറ്റരേഖയായി കാണുന്നത് വാസ്തവത്തിൽ ഏതാനും രേഖകൾ കൂടിച്ചേർന്നതാണ്. സ്പെക്ട്രരേഖകളുടെ ഈ സൂക്ഷ്മഘടന വിശദീകരിക്കാൻ ബോർ സിദ്ധാന്തം പര്യാപ്തമായില്ല.

● ആറ്റത്തിലെ ഇലക്ട്രോണുകളുടെ എണ്ണം കൂടുമ്പോൾ ബോർ സിദ്ധാന്തം പരാജയപ്പെടുന്നു. അതായത്, ഉയർന്ന അണുസംഖ്യ (z) ഉള്ള മൂലകങ്ങളുടെ കാര്യത്തിൽ ബോർ സിദ്ധാന്തം ഫലപ്രദമല്ല.

3.5 ഐസോടോപ്പുകൾ (Isotopes)

ഒരു മൂലകത്തിൽനിന്ന് മറ്റൊന്ന് വ്യത്യസ്തമായിരിക്കുന്നത് ആറ്റ ത്തിലെ ഇലക്ട്രോണുകളുടെ (പ്രോട്ടോണുകളുടെയും) എണ്ണത്തിലാണ്. അതായത്, വ്യത്യസ്തമൂലകങ്ങൾക്ക് അണുസംഖ്യ (z) വ്യത്യസ്ത മായിരിക്കും. അണുഭാരം നിശ്ചയിക്കുന്നത് അണുകേന്ദ്രത്തിലെ പ്രോട്ടോ

ണുകളുടെയും ന്യൂട്രോണുകളുടെയും ആകെ എണ്ണമാണ്. ഇതിനെ മാസ്നമ്പർ (A) എന്നുപറയുന്നു. ഒരേ മൂലകത്തിന്റെതന്നെ വ്യത്യസ്ത മാസ് നമ്പരുകളുള്ള വകദേഭങ്ങൾ ഉണ്ട്. അവയെ ആ മൂലകത്തിന്റെ ഐസോടോപ്പുകൾ എന്നുപറയുന്നു.

ഉദാഹരണത്തിന് ഡ്യൂട്ടീരിയം (Deuterium) അഥവാ ഘന ഹൈഡ്ര ജൻ (Heavy hydrogen), ട്രിഷ്യം (Tritium) എന്നിവ ഹൈഡ്രജന്റെ ഐസോടോപ്പുകളാണ്. ഡ്യൂട്ടീരിയത്തിന് $Z=1, A=2$; ട്രിഷ്യത്തിന് $Z=1, A=3$ ആകുന്നു. ഹൈഡ്രജന് $Z=1, A=1$ ആണല്ലോ. അതുപോലെതന്നെ $2H_e(3), 2H_e(4)$ എന്നിവ ഹീലിയത്തിന്റെയും, $92U(235), 92U(238)$ എന്നിവ യുറേനിയത്തിന്റെയും ഐസോടോപ്പുകൾ ആണ്.

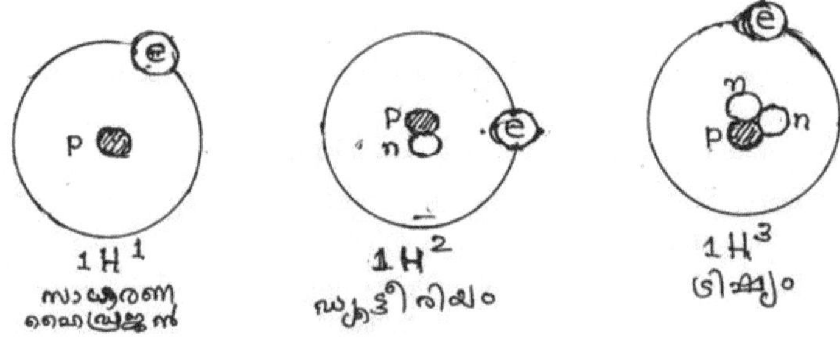

ചിത്രം 4: ഹൈഡ്രജന്റെ ഐസോടോപ്പുകൾ

3.6 ഗ്രൗണ്ട് സ്റ്റേറ്റ് (Ground state)

ആറ്റത്തിലെ ഇലക്ട്രോണുകൾ അവയുടെ ഏറ്റവും താഴ്ന്ന ഊർജ്ജനിലകളിൽ വർത്തിക്കുമ്പോൾ ആറ്റം അതിന്റെ ഗ്രൗണ്ട് സ്റ്റേറ്റി ലാണെന്ന് പറയുന്നു. ഉദാഹരണത്തിന് ഹീലിയം ആറ്റം ഗ്രൗണ്ട് സ്റ്റേറ്റിലായിരിക്കുമ്പോൾ അതിലെ രണ്ട് ഇലക്ട്രോണുകളും ഏറ്റവും ഉള്ളിലുള്ള ഭ്രമണപഥത്തിലായിരിക്കും. ആറ്റത്തിന്, മതിയായ അളവിൽ ഊർജ്ജം പ്രദാനം ചെയ്താൽ അവ ഉയർന്ന ഊർജ്ജനിലകളിലേക്ക് (അതായത്, പുറമെയുള്ള ഭ്രമണപഥങ്ങളിലേക്ക്) സംക്രമിക്കും. ഇത് താൽക്കാലിക സ്ഥിതിയാണ്. താമസിയാതെ ഇലക്ട്രോണുകൾ പൂർവസ്ഥിതിയെ പ്രാപിക്കും. ഫോട്ടോണുകളായി ഊർജ്ജം പുറന്തള്ളിയാണ് ഗ്രൗണ്ട് സ്റ്റേറ്റിലെത്തുന്നത്. ഹൈഡ്രജന്റെ ഗ്രൗണ്ട് സ്റ്റേറ്റ് എനർജി $-13.6eV$ ആണ്.

3.7 അയണീകരണം (Ionisation)

ആറ്റത്തിൽനിന്നും ഒരു ഇലക്ട്രോണിനെ പുറത്താക്കണമെങ്കിൽ അതിനുവേണ്ട ഊർജ്ജം നൽകേണ്ടതുണ്ട്. യാന്ത്രികോർജ്ജം (mechanical energy) ആയോ, താപോർജ്ജം (Heat energy) ആയോ വൈദ്യു തോർജ്ജം (Electrical energy) ആയോ ഇത് നൽകാം. ഹൈഡ്രജൻ

ആറ്റത്തിന്റെ ഗ്രൗണ്ട് സ്റ്റേറ്റിലെ ഊർജം $E_1/=-13.6eV$ ആണെന്ന് കണ്ടുവല്ലോ. ന്യൂക്ലിയസിന്റെ ആകർഷണത്തിൽനിന്നും ഉത്ഭൂതമാകു ന്നതിനാലാണ് ഇത് നെഗറ്റീവ് ആയിരിക്കുന്നത്. ഇത്രയും പോസിറ്റീവ് എനർജി പുറമെനിന്ന് കൊടുത്താൽ ആകർഷണത്തെ അതിജീവിച്ച് ഇലക്ട്രോൺ പുറത്തുവരും. ഇങ്ങനെ നൽകുന്ന എനർജിയെ അയണീ കരണഎനർജി എന്നും, ഈ പ്രക്രിയയെ അയണീകരണം എന്നു പറയുന്നു.

ഉയർന്ന നിലകളിലെ ഊർജ്ജം $E_2/=-3.4eV$,
$$E_3/=-1.51eV$$
$E_4=-0.85eV,$............... എന്നിങ്ങനെ ആണല്ലോ?

(ചിത്രം 4 കാണുക) ആറ്റത്തിന്റെ താൽക്കാലസ്ഥിതിക്കനുസരണ മായി ആവശ്യമായ ഊർജ്ജം പുറമെനിന്ന് കൊടുത്താൽ ന്യൂക്ലിയർ ആകർഷണത്തെ തരണം ചെയ്ത് ഇലക്ട്രോണിന് പുറത്തുവരാൻ കഴിയും.

3.8 സമാനതാതത്വം (Correspondence Principle)

ഭൗതിക ശാസ്ത്രത്തിലെ പല സിദ്ധാന്തങ്ങളുടെയും പരിമിതികൾ പഠിതാക്കൾക്ക് സുപരിചിതമാണ്. എന്നാൽ ഒന്നും അസംബന്ധമല്ല താനും. വസ്തുക്കളുടെ വേഗത വർധിക്കുന്തോറും ന്യൂട്ടന്റെ ഡൈനാമി ക്സ്, നിരീക്ഷണഫലങ്ങളുമായി യോജിക്കാത്ത സാഹചര്യം ഉണ്ടാ കുന്നു. വേഗത, പ്രകാശവേഗതയോടടുക്കുന്തോറും ഈ പ്രശ്നം ഗുരുത മായിത്തീരുന്നു. ക്വാണ്ടം ഭൗതികവും ക്ലാസിക്കൽ ഭൗതികവും തമ്മിൽ ഇത്തരമൊരു ബന്ധം പ്രകടമാണ്. അതിനാൽ ക്വാണ്ടം ഭൗതികത്തിന്റെ ഒരു പ്രത്യേക പരിധിയിൽ ക്ലാസിക്കൽ ഭൗതികം സാർഥകമാകുന്നുവെന്ന് പറയാം. പ്രായോഗികതലത്തിൽ ക്ലാസിക്കൽ ഭൗതികവും ക്വാണ്ടം ഭൗതി കവും ഒരേഫലം, പ്രദാനം ചെയ്യുന്നുവെന്ന് സാരം. ഇതാണ് 'സമാനതാ തത്വം' (Correspondence principle).

3.9 സോമർഫെൽഡ് മോഡൽ (Sommerfeld Model)

ഹൈഡ്രജൻ സ്പെക്ട്രത്തിലെ രേഖകളുടെ തരംഗനീളം കണക്കാ ക്കുന്നതിൽ ബോർസിദ്ധാന്തം വിജയിച്ചുവെങ്കിലും അവയുടെ സൂക്ഷ്മ ഘടന വിവരിക്കുന്നതിൽ പരാജയപ്പെട്ടു. H_α, H_β,H_γ എന്നീ സ്പെക്ട്ര രേഖകൾ യഥാർഥത്തിൽ ഒറ്റരേഖകളല്ലെന്ന് സൂക്ഷ്മനിരീക്ഷണത്തിൽ ബോധ്യപ്പെടുകയുണ്ടായി. ഓരോ രേഖയും വളരെ അടുത്തടുത്ത് സ്ഥി തിചെയ്യുന്ന ഏതാനും രേഖകൾ ചേർന്നതാണ്. എന്നാൽ ഈ സൂക്ഷ്മ ഘടന (Fine structure) വിവരിക്കാൻ ബോർ സിദ്ധാന്തം പര്യാപ്തമാ യില്ല.

ഈ പശ്ചാത്തലത്തിൽ സോമർഫെൽഡ് (Sommerfeld) അതിൽ ചില പരിഷ്കരണങ്ങൾ വരുത്തി:

1) നീൽസ് ബോറിന്റെ അണുമാതൃകയിലെ വൃത്താകാരമായ പഥ ങ്ങളുടെ സ്ഥാനത്ത് സോമർഫെൽഡ് ദീർഘവൃത്താകാരമായ (elliptical) പഥങ്ങൾ സങ്കൽപ്പിച്ചു.

2) പ്രകാശവേഗതയോടടുത്ത വേഗതയിൽ സഞ്ചരിക്കുന്ന ഇലക് ട്രോണിന്റെ ദ്രവ്യമാനത്തിന് തന്മൂലമുണ്ടാകുന്ന ആപേക്ഷികീയ (relativistic) വർധനവ് കണക്കിലെടുക്കേണ്ടതുണ്ട്.

ഹൈഡ്രജന്റെ ദീർഘവൃത്താകാരമായ ഇലക്ട്രോൺ പഥം താഴെ കൊടുക്കുന്നു. ചിത്രത്തിൽ N ന്യൂക്ലിയസിനെയും, e/ ഇലക്ട്രോണി നെയും സൂചിപ്പിക്കുന്നു. N നെ ആധാരമാക്കി e/ യുടെ സ്ഥാനം സൂചിപ്പി ക്കുന്ന നിർദേശാങ്കങ്ങൾ (coordinates) ആണ് J, φ എന്നിവ.

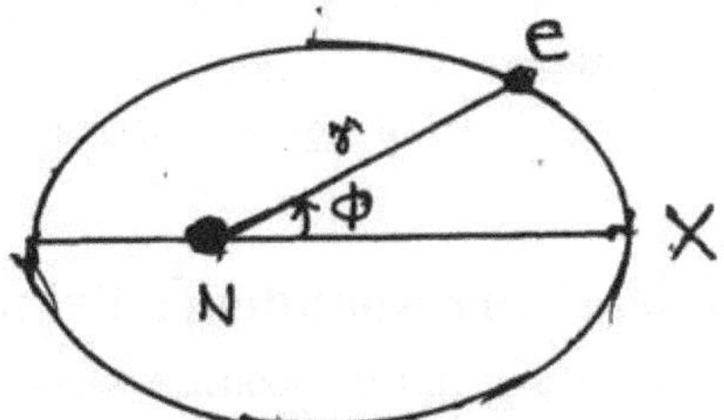

ചിത്രം 5: ഹൈഡ്രജൻ ആറ്റത്തിന്റെ സോമർ ഹെൽഡ് മാതൃക

ഇലക്ട്രോൺ ഭ്രമണപഥത്തിലൂടെ സഞ്ചാരം തുടരുമ്പോൾ ഈ രണ്ട് നിർദേശാങ്കങ്ങളും വിചരണപ്പെട്ടുകൊണ്ടിരിക്കും. ഇവയോടു ബന്ധപ്പെട്ട P_ϕ, P_J എന്നീ സംവേഗങ്ങൾ (momenta) ക്ക് ബോറിന്റെ ക്വാണ്ടം വ്യവസ്ഥ നിർദേശിക്കേണ്ടതുണ്ട്:

$$\int_0^{2\pi} P_\phi \, d\phi = n_\phi \, h \text{ അഥവാ } P_\phi =$$

$$\int P_J \, dJ = n_J \, h \tag{2}$$

n_ϕ കോണീയ ക്വാണ്ടം നമ്പർ (angular or azimuthal quantum number) എന്നും n_J/ 'റേഡിയൽ' (radial) ക്വാണ്ടം നമ്പർ എന്നും അറിയപ്പെ ടുന്നു. രണ്ടും പൂർണസംഖ്യകളാണ്. അവയുടെ തുകയാണ് പ്രിൻസി പ്പിൾ ക്വാണ്ടം നമ്പർ n

$$n = n_\phi + n_J = 1, 2, 3, \ldots\ldots\ldots \tag{3}$$

സമവാക്യം (2) ൽ, റേഡിയൽ സംവേഗം

$$P_J = m \tag{4}$$

തുടർന്നുള്ള സങ്കീർണമായ ഗണിതക്രിയകളിലേക്കു കടക്കാതെ അന്തിമഫലങ്ങൾ മാത്രം നോക്കാം. ദീർഘവൃത്തത്തിന്റെ സെമിമേജർ, സെമിമൈനർ അക്ഷങ്ങൾ യഥാക്രം a, b എന്നും ഉൽകേന്ദ്രത (eccentricity) ε എന്നും ആണെന്നിരിക്കട്ടെ. അവ തമ്മിലുള്ള ബന്ധം ഇതാണ്:

$1-\varepsilon^2 = b^2/a^2$.

ഇലക്ട്രോണിന്റെ ഗതികോർജ്ജം $= (P_\phi{}^2/2m) + (p_J{}^2/2m)$ ____ ⑤

പൊട്ടെൻഷ്യൽ ഊർജം $= (Ze^2/4\pi\varepsilon_0)$ ____ ⑥

(1), (2) സമവാകൃങ്ങളിൽനിന്നും കിട്ടുന്ന P_ϕ, P_J ഉപയോഗിച്ച് ആകെ ഊർജം കണ്ടുപിടിക്കാം.

$$E_n = \frac{me4Z2}{8\varepsilon_0{}^2h^2} \cdot \frac{1}{n^2} \qquad \text{____ ⑦}$$

ഇത് ബോർ സിദ്ധാന്തത്തിൽനിന്നു കിട്ടുന്ന ഫോർമുല തന്നെ യാണ്.

ആപേക്ഷികീയ പ്രഭാവങ്ങൾ (relativistic effects) കൂടി കണക്കി ലെടുത്ത് സോമർഫെൽഡ് നടത്തിയ പരിഷ്കരണത്തിന്റെ ഫലമായി മെച്ചപ്പെട്ട മറ്റൊരു ഫോർമുല ലഭ്യമായി.

$$En = A-B \left(\frac{n}{n\phi} - \frac{3}{4} \right) . \frac{1}{n^4} \qquad \text{____ ⑧}$$

$$A = (me^4 . Z^2/8\varepsilon_0{}^2h^2 n^2); \quad B = (me^4 Z^4 \alpha^2 / 8\varepsilon_0{}^2h^2); \quad ⑨$$

$$\alpha = \frac{e^2}{2\varepsilon_0 ch} \approx \frac{1}{137} \qquad \text{____ ⑩}$$

പുതിയ ഫോർമുല ഉപയോഗിച്ച് ഒരു പരിധിവരെ സ്പെക്ട്രരേഖക ളുടെ സൂക്ഷ്മഘടനയ്ക്ക് വിശദീകരണം നൽകാൻ കഴിഞ്ഞു. എന്നാൽ ഓരോ രേഖയോടും ചേർന്നുണ്ടാകുന്ന സൂക്ഷ്മരേഖകളുടെ എണ്ണം ശരി യായി പ്രവചിക്കാൻ കഴിഞ്ഞില്ല. മാത്രമല്ല, ഹൈഡ്രജനെ അപേക്ഷിച്ച് സങ്കീർണഘടനയുള്ള സോഡിയം മുതലായ ആൽക്കലി ലോഹങ്ങൾ സൃഷ്ടിക്കുന്ന സ്പെക്ട്രങ്ങളുടെ പഠനത്തിനും അത് ഉതകിയില്ല.

പരീക്ഷണരംഗത്തെ പുതിയ സംഭവങ്ങളായ സീമൻപ്രഭാവം (Zeeman effect), സ്റ്റാർക്ക് പ്രഭാവം (Stark effect) തുടങ്ങിയവയ്ക്ക് സൈദ്ധാന്തിക വിശദീകരണം നൽകുന്ന കാര്യത്തിലും ബോർ മോഡൽ പോലെതന്നെ സോമർഫെൽഡ് മോഡലും പരാജയപ്പെട്ടു. ന്യൂക്ലിയ സിനുചുറ്റും ഇലക്ട്രോണുകൾ എങ്ങനെ വിന്യസിച്ചിരിക്കുന്നുവെന്ന് വിവരിക്കാനും ഈ രണ്ട് സിദ്ധാന്തങ്ങൾക്കും കഴിഞ്ഞില്ല.

ഈ സാഹചര്യത്തിലാണ് വെക്ടർ ആറ്റം മോഡൽ (Vector Atom Model) നിർദേശിക്കപ്പെട്ടത്.

3.10 വെക്ടർ ആറ്റം മോഡൽ (Vector Atom Model)

വെക്ടർ ആറ്റം മോഡലിന്റെ ശ്രദ്ധേയമായ രണ്ട് പ്രത്യേകതകൾ എടുത്തു പറയേണ്ടവയാണ്.

1) സ്പേസ് ക്വാണ്ടീകരണം

ബോർ സിദ്ധാന്തത്തിൽ ഭ്രമണപഥങ്ങളുടെ ആകൃതിയും വലുപ്പ വും മാത്രമേ പഠനവിഷയമാകുന്നുള്ളൂ. എന്നാൽ ക്വാണ്ടം സിദ്ധാന്തമ നുസരിച്ച് അവയുടെ സ്പേസിലെ ചായ്മാനവും (Spatial orientation) പ്രസക്തമാണ്. ഭ്രമണപഥതലം (Plane of the orbit) അതായത്, ഭ്രമണ പഥത്തെ ഉൾക്കൊള്ളുന്ന തലം സ്പേസിൽ നിർദിഷ്ട ചായ്മാനങ്ങൾ മാത്രമേ സ്വീകരിക്കൂ. ഈ ആശയം 'സ്പേസ് ക്വാണ്ടീകരണം' (Space quantisation) എന്നറിയപ്പെടുന്നു. സ്റ്റേണും (Stern), ഗെർലാക്കും (Gerlach) ചേർന്ന് നടത്തിയ ഒരു പരീക്ഷണത്തിലൂടെ സ്പേസ് ക്വാണ്ടീ കരണത്തിന് തെളിവ് നൽകാൻ കഴിഞ്ഞു.

(2) ഇലക്ട്രോണിന്റെ ചക്രണഗതി (spin motion)

സ്പെക്ട്രരേഖകളുടെ സൂക്ഷ്മഘടന വിവരിക്കുന്നതിനും, അസം ഗത സീമൻപ്രഭാവത്തിന് (Anomalous Zeeman effect) വിശദീകരണം നൽകുന്നതിനുംവേണ്ടി പുതുതായി ആവിഷ്കരിക്കേണ്ടിവന്ന ആശയ മാണ് ഇലക്ട്രോണിന്റെ ചക്രമണം (spin) എന്നത്. ഈ ആശയം നിർദേ ശിച്ചത് ഉള്ളൻബക്ക് (Uhlenbeck), ഗൗഡ്സ്മിത് (Goudsmit) എന്നിവർ ചേർന്നാണ് (1926). ന്യൂക്ലിയസിനുചുറ്റും പരിക്രമണം ചെയ്യുന്നതിനു പുറമെ, ഇലക്ട്രോൺ സ്വന്തം അച്ചുതണ്ടിൽ സദാ കറങ്ങിക്കൊണ്ടിരി ക്കുകയും ചെയ്യുന്നു. സ്വന്തം അച്ചുതണ്ടിൻമേലുള്ള ഈ ചക്രണഗതിയെ 'സ്പിൻ' (spin) എന്നുപറയുന്നു. ഇതിനെ ഗ്രഹങ്ങളുടെ കക്ഷീയഭ്രമണ (axial rotation) വുമായി താരതമ്യം ചെയ്യാവുന്നതാണ്. ഭൂമിയുടെ ഇത്തരം ഭ്രമണം കൊണ്ടാണല്ലോ ദിനരാത്രങ്ങൾ ഉണ്ടാകുന്നത്.

ഇലക്ട്രോണിന്റെ കക്ഷീയ ചക്രണവുമായി ബന്ധപ്പെട്ട കോണീയ സംവേഗത്തിന് 'സ്പിൻ കോണീയ സംവേഗം' (spin angular momen- tum) എന്നു പറയുന്നു. സാധാരണയായി 'സ്പിൻ' എന്നുമാത്രമേ ഇതി നെ പരാമർശിക്കാറുള്ളൂ. ക്വാണ്ടം സിദ്ധാന്തമനുസരിച്ച് ഇത് $(h/2\pi)$ യുടെ ഒരു ഗുണിതമാണ്: $s(h/2\pi)$ ഇവിടെ 's' സ്പിൻ ക്വാണ്ടം നമ്പർ എന്നറിയപ്പെടുന്നു. ഇതിന്റെ മൂല്യം $\frac{1}{2}$ ആകുന്നു. ഇലക്ട്രോണിന്റെ സ്പിൻ കോണീയ സംവേഗം $\frac{1}{2}(h/2\pi)$ ആണെന്ന് സാരം.

(3) മറ്റു കണങ്ങളുടെ ചക്രണം

ഇലക്ട്രോണിനുമാത്രമല്ല, പ്രോട്ടോൺ (p), ന്യൂട്രോൺ (n) ന്യൂട്രിനോ (V) തുടങ്ങിയ എല്ലാ കണങ്ങൾക്കും സ്പിൻ ചലനവും (spin motion) സ്പിൻ കോണീയ സംവേഗവും ഉണ്ട്. ഈ മൂന്നു കണങ്ങളുടെ യും സ്പിൻകോണീയ സംവേഗം $\frac{1}{2}(h/2\pi)$ തന്നെയാണ്. അതിനാൽ e, p, n, V തുടങ്ങിയ കണങ്ങൾ സ്പിൻ - $\frac{1}{2}$ കണങ്ങൾ എന്ന് പരാമർശി ക്കപ്പെടുന്നു. സ്പിൻ ഈ കണങ്ങളുടെ സഹജമായ ഗുണധർമം (in- trinsic property) ആണ്. സ്പിൻ $\frac{1}{2}$ കണങ്ങൾക്കുപുറമെ സ്പിൻ-0, സ്പിൻ-1, സ്പിൻ-$\frac{3}{2}$, സ്പിൻ-2..... തുടങ്ങിയ കണങ്ങളും പ്രകൃതിയി

ലുണ്ട്. ഉദാഹരണത്തിന് ഫോട്ടോൺ ഒരു സ്പിൻ–1 കണമാണ്.

ഭ്രമണപഥ (ഓർബിറ്റൽ) കോണീയ സംവേഗവും സ്പിൻ കോണീയ സംവേഗവും 'സദിശ രാശികൾ' (directed quantities or vectors) ആകയാൽ ആണ് അവയെ ആധാരമാക്കിയുള്ള ആറ്റം മോഡലിനെ 'വെക്ടർ ആറ്റം മോഡൽ' എന്നു പറയുന്നത്.

ഭ്രമണഗതിയിലുള്ള ചാർജിത കണത്തിന് 'ഓർബിറ്റൽ' കോണീയ സംവേഗത്തിനുപുറമെ, 'മാഗ്നറ്റിക്' സംവേഗം (magnetic momet) കൂടി സ്വാഭാവികമായിട്ടുണ്ടാകും.

3.11 ക്വാണ്ടം നമ്പരുകൾ

(1) പ്രിൻസിപ്പൽ ക്വാണ്ടം നമ്പർ (n)

സോമർഫെൽഡ് സിദ്ധാന്തത്തിൽ കണ്ട പ്രിൻസിപ്പൽ ക്വാണ്ടം നമ്പർ തന്നെയാണിത്. ന്യൂക്ലിയസിൽനിന്നു തുടങ്ങി പുറത്തേക്ക് പോകു മ്പോൾ കാണുന്ന ഇലക്ട്രോൺ പഥങ്ങളുടെ ക്രമത്തെ സൂചിപ്പിക്കുന്ന നമ്പരാണിത്. ഇതിന്റെ അനുവദനീയ മൂല്യങ്ങൾ പൂർണസംഖ്യകളാണ്:
$$n = 1, 2, 3, \ldots\ldots\ldots$$

(2) ഓർബിറ്റൽ ക്വാണ്ടം നമ്പർ (ഫ)

ഇലക്ട്രോണിന്റെ ഓർബിറ്റൽ കോണീയ സംവേഗം $(h/2\pi)$ യുടെ ഗുണിതങ്ങളായിരിക്കുമെന്ന് കണ്ടുവല്ലോ. $L = $ ഫ$/(h/2\pi)$ ഓർബിറ്റൽ ക്വാണ്ടം നമ്പർ ഫ ന്റെ മൂല്യം പൂർണസംഖ്യയായിരിക്കും. ഫ $= 0, 1, 2, 3,$ $\ldots\ldots, n-1)$. ഇതിന്റെ പരമാവധി മൂല്യം പ്രിൻസിപ്പൽ ക്വാണ്ടം നമ്പർ n-നെ ആശ്രയിച്ചിരിക്കും. ഉദാഹരണത്തിന് $n = 5$ ആണെങ്കിൽ ഫ ന്റെ പരമാവധിമൂല്യം 4 ആയിരിക്കും. ഫ $= 0, 1, 2, 3, 4$ എന്നിങ്ങനെ 5 സാധ്യതകൾ. $n = 4$ ആണെങ്കിൽ ഫ $= 0, 1, 2, 3$. ഇലക്ട്രോൺ ഫ $= 0$ എന്ന അവസ്ഥയിലായിരിക്കുമ്പോൾ അതിനെ s ഇലക്ട്രോൺ എന്നും, ഫ $= 1, 2, 3,\ldots\ldots$ എന്നീ അവസ്ഥകളിലായിരിക്കുമ്പോൾ അതിനെ യഥാ ക്രമം p, d, f, $\ldots\ldots$ ഇലക്ട്രോൺ എന്നും പറയുന്നു. മറ്റൊരു തരത്തിൽ പറഞ്ഞാൽ 2p ഇലക്ട്രോണിന്റെ അവസ്ഥയെ സൂചിപ്പിക്കുന്ന ക്വാണ്ടം നമ്പരുകൾ : $n = 2$, ഫ $= 1$ എന്നാകുന്നു.

അറ്റോമിക് ഇലക്ട്രോൺ അവസ്ഥകളുടെ ഒരു പട്ടിക താഴെ കൊടു ക്കുന്നു.

n	ഫ$=0$	ഫ$=1$	ഫ$=2$	ഫ$=3$	ഫ$=4$
1	1s	...	...	...	...
2	2s	2p	...	...	...
3	3s	3p	3d	...	...
4	4s	4p	4d	4f	...
5	5s	5p	5d	5f	5g

(3) സ്പിൻ ക്വാണ്ടം നമ്പർ (s)

ഇലക്ട്രോണിന്റെ സ്പിൻ കോണീയ സംവേഗം
$= s(h/2\pi)$
= ½ (വ/2π)
$S = ½$ ആണ് സ്പിൻ ക്വാണ്ടം നമ്പർ.

(4) സമ്പൂർണ ക്വാണ്ടം നമ്പർ (Total quantum number) : j

സമ്പൂർണ ക്വാണ്ടം നമ്പർ (j) ഇലക്ട്രോണിന്റെ മൊത്തം കോണീയ സംവേഗവുമായി ബന്ധപ്പെട്ട ക്വാണ്ടം നമ്പരാണ്. ഓർബിറ്റൽ കോണീയ സംവേഗവും $(\vec{L})$, സ്പിൻ കോണീയ സംവേഗവും $(\vec{S})$ ചേർന്നാൽ കിട്ടുന്ന $\vec{J} = \vec{L} + \vec{S}$ ആണ് മൊത്തം കോണീയ സംവേഗം. ക്വാണ്ടം സിദ്ധാന്തപ്രകാരം,

$J = j\,(h/2\pi)$, j = ഹ ± s

$(\vec{L})$ -ഉം,$(\vec{S})$-ഉം ഒരേ ദിശയിലായിരിക്കുമ്പോൾ j = ഹ+S എന്നും, അവ വിപരീത ദിശകളിലായിരുന്നാൽ j = ഹ-s എന്നും കണക്കാക്കണം. മറ്റു ദിശകളും അനുവദനീയമാണ്.

(5) മാഗ്നറ്റിക് ക്വാണ്ടം നമ്പർ (Magnetic quantum number :m$_{ഹ}$)

ഇലക്ട്രോൺ കോണീയ സംവേഗം $(\vec{L})$ഒരു സദിശരാശി (directed quantity) ആണ്. അതിന്റെ ദിശ വലതു കൈപ്പത്തി നിയമം (right hand rule) കൊണ്ട് വ്യക്തമാക്കാം. ഇലക്ട്രോൺ വൃത്താകാരമായ പഥത്തിലൂടെ സഞ്ചരിക്കുമ്പോൾ അതിന്റെ കോണീയ സംവേഗം വൃത്തതലത്തിന് ലംബമായിട്ടായിരിക്കും (ചിത്രം നോക്കുക).

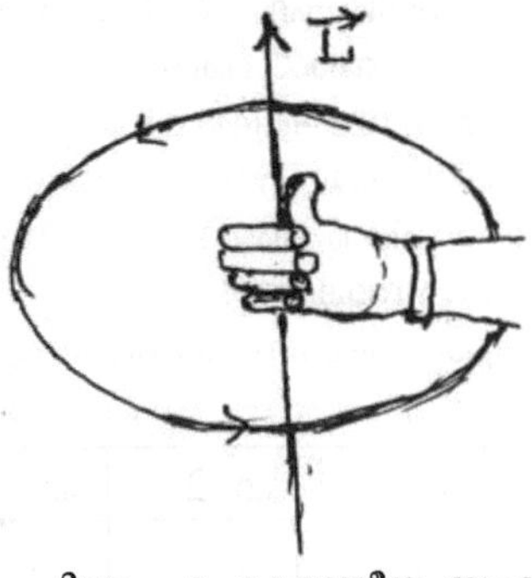

ചിത്രം 6: കോണീയ സംവേഗം

മടക്കി വച്ചിരിക്കുന്ന വിരലുകൾ ചലന ദിശയെ സൂചിപ്പിക്കുമ്പോൾ തള്ളവിരൽ കോണീയ സംവേഗത്തിന്റെ ദിശയെ സൂചിപ്പിക്കുന്നു. സ്പേസ് ക്വാണ്ടീകരണത്തിന്റെ ഫലമായി കോണീയസംവേഗം $(\vec{L})$

സ്പേസിൽ ചില പ്രത്യേക ചായ്മാനങ്ങൾ (orientations) മാത്രമേ സ്വീകരിക്കുകയുള്ളൂ. Z ദിശയിൽ ഒരു ബാഹ്യകാന്തിക ക്ഷേത്രം സൃഷ്ടിച്ച് ആറ്റം അതിന്റെ സ്വാധീനമണ്ഡലത്തിൽ പ്രതിഷ്ഠിച്ചാൽ, അതിന്റെ കോണീയ സംവേഗം സ്പേസ് ക്വാണ്ടീകരണനിയമത്തിനനു സൃതമായ ചായ്മാനങ്ങൾ സ്വീകരിക്കുന്നതാണ്. അങ്ങനെ Z ദിശയി ലേക്കുള്ള അതിന്റെ പ്രക്ഷിപ്ത മൂല്യങ്ങൾ (Projected Values):

$$Lz = m_{\text{എ}}\frac{h}{2\pi}, \ m_{\text{എ}} = 0, \pm 1, \pm 2, ...,\pm 1$$

$m_{\text{എ}}$ - മാഗ്നറ്റിക് ക്വാണ്ടം നമ്പർ എന്നറിയപ്പെടുന്നു. ഇതിന് -**എ** മുതൽ +**എ** വരെ 2**എ** + 1 മൂല്യങ്ങൾ അനുവദനീയമാണ്.

3.12 ഒരു കാലഘട്ടത്തിന്റെ അന്ത്യം

ക്വാണ്ടം സിദ്ധാന്തത്തിന്റെ പുരോഗതിയിലെ ഒരു ഘട്ടം ഇവിടെ (1923) അവസാനിക്കുകയാണ്. ഇതുവരെ കണ്ട ക്വാണ്ടം ഭൗതികം രസതന്ത്രത്തിന്റെ (Chemistry) വളർച്ചയ്ക്ക് ബൃഹത്തായ സംഭാവനയാണ് നൽകിയത്. 1930 നു ശേഷം അടുത്ത 50 വർഷക്കാലത്തേക്ക് ക്വാണ്ടം സിദ്ധാന്തത്തിനു സമാനമായ ഒരു മഹാസംഭവം ശാസ്ത്രരംഗത്ത് അരങ്ങേറുകയുണ്ടായില്ലെന്ന് ചരിത്രം സാക്ഷ്യപ്പെടുത്തുന്നു. ഈ കാലഗതിയിൽ മറ്റു ശാസ്ത്ര ങ്ങൾ ഏതാനും പ്രതിഭാശാലികളുടെ ഉൾക്കാഴ്ചയുടെ ഫലമായി ശ്രദ്ധേയമായ മുന്നേറ്റം കൈവരിക്കുകയുണ്ടായി.*

ക്വാണ്ടം സിദ്ധാന്തം

"ക്വാണ്ടം സിദ്ധാന്തം നിങ്ങളെ ഞെട്ടിപ്പിച്ചില്ലെങ്കിൽ നിങ്ങൾ ക്കത് മനസ്സിലായിട്ടില്ലെന്നു വേണം കരുതാൻ."

- നീൽസ് ബോർ

"ശരിക്കും ഞെട്ടലുളവാക്കുന്നതാണ് ക്വാണ്ടം സിദ്ധാന്തം. ഐൻ സ്റ്റൈന് അതിന്റെ ചില സമീപനങ്ങൾ സ്വീകാര്യമായിരുന്നില്ല. എന്നാൽ അത് പരമപ്രധാനമായൊരു വിഷയമാണെന്ന കാര്യ ത്തിൽ സംശയമില്ല. എല്ലാ ആധുനിക ശാസ്ത്രങ്ങളുടെയും മർമം ഉൾക്കൊള്ളുന്ന വിഷയം. അതാണ് അണുശക്തി, ലേസർ, ടെലിവിഷൻ, കമ്പ്യൂട്ടർ, മോളിക്യൂലാർ ബയോളജി, ജനറ്റിക് എഞ്ചിനീയറിങ് തുടങ്ങിയ ആധുനിക ശാസ്ത്രസാങ്കേതിക രംഗങ്ങളിലെ നേട്ടങ്ങൾ മാനവരാശിക്ക് ലഭ്യമാക്കിയത്. ഭൗതിക ശാസ്ത്രങ്ങളിൽ സർവശ്രേഷ്ഠമായത് ഏതെന്നു ചോദിച്ചാൽ 'ക്വാണ്ടം ഫിസിക്സ്' എന്നായിരിക്കും ഉത്തരം!"

---

* John Gribbin : *In Search of Schrodinger's Cat (Quantum Physics and Reality)* Bantam Books. Newyork, 1988.

3.13 ബോസോണുകളും ഫെർമയോണുകളും

പ്രകൃതിയിൽ രണ്ടു വ്യത്യസ്തതരം ക്വാണ്ടം കണങ്ങൾ ഉണ്ട്: ഫെർമയോണുകളും (Fermioins) ബോസോണുകളും (Bosons).

ഫെർമയോണുകൾ : ഇവയുടെ സ്പിൻ ക്വാണ്ടം നമ്പർ $\frac{1}{2}, \frac{3}{2}, \frac{5}{2}$ .... എന്നിങ്ങനെ ½ ന്റെ ഓജ ഗുണിതങ്ങൾ (odd multiples) ആയിരിക്കും. ഇലക്ട്രോൺ (e^-), പ്രോട്ടോൺ (p), ന്യൂട്രോൺ (n), ന്യൂട്രിനോ (v) തുടങ്ങിയവ സ്പിൻ ½ കണങ്ങളാണ്. ഇവ എൻറിക്കോ ഫെർമി (Enrico Fermi) എന്ന പ്രശസ്ത ഇറ്റാലിയൻ ഭൗതികജ്ഞന്റെ പേരിലറിയപ്പെ ടുന്നു. പൗളി (Pauli)യുടെ 'അപവർജന തത്വം' (Exclusion priniciple) അനുസരിച്ച് ഇത്തരം ഒന്നിലധികം കണങ്ങൾക്ക് ഒരു ക്വാണ്ടം അവസ്ഥ (ഒരു പ്രത്യേക സെറ്റ് ക്വാണ്ടം നമ്പരുകളാൽ നിർവചിക്കപ്പെടുന്നത്)യിൽ സഹവർത്തിക്കാനാവില്ല.

ബോസോണുകൾ: ഇവയുടെ സ്പിൻ ക്വാണ്ടം നമ്പരുകൾ 0, 1, 2, 3,..... എന്നിങ്ങനെ ആയിരിക്കും. അതായത്, അവയുടെ സ്പിൻ കോണീയ സംവേഗം (h / 2π) യുടെ പൂർണഗുണിതങ്ങളായിരിക്കും. ഉദാ: π, k,...... തുടങ്ങിയ മെസോണുകളുടെ സ്പിൻ ക്വാണ്ടം നമ്പർ $S = 0$; ഫോട്ടോണിന്റെ സ്പിൻ $S = 1$ ഇവയ്ക്ക് പൗളിയുടെ അപവർജന നിയമം ബാധകമല്ല. എത്ര ബോസോണുകൾക്കു വേണമെങ്കിലും ഒരേ ക്വാണ്ടം അവസ്ഥയിൽ വർത്തിക്കാം. ഇവയ്ക്ക് ബാധകമായ 'സാംഖ്യികീയ വിതരണ നിയമം' (Statistical distribution law) ആവിഷ്കരിച്ചത് ഭാരതീയ സൈദ്ധാന്തിക ഭൗതികജ്ഞനായ സത്യേന്ദ്രനാഥ ബോസ് (S N Bose) ആണ്. ബോസിനോടുള്ള ആദരസൂചകമായി ഇവയെ ബോസോണുകൾ (Bosons) എന്ന് നാമകരണം ചെയ്തിരിക്കുന്നു. ഈയിടെ കണ്ടുപിടിച്ച 'ദൈവകണം' എന്ന 'ഹിഗ്ഗ്സ് ബോസോൺ' (Higgs Boson) ഈ വിഭാഗത്തിൽപ്പെടുന്ന ഒരു കണമാണ്.

4

ക്വാണ്ടം ബലതന്ത്രം
(Quantum Mechanics)

4.1 ആമുഖം

ആയിരത്തിതൊള്ളായിരത്തി ഇരുപത്തിഅഞ്ചിനുശേഷമുള്ള ഒരു ദശാബ്ദക്കാലത്തിനിടയിലാണ് ക്വാണ്ടം ബലതന്ത്രം ജന്മംകൊണ്ടതും വളർച്ചയുടെ പ്രഥമഘട്ടം പിന്നിട്ടതും. ഈ ചുരുങ്ങിയ കാലംകൊണ്ട് അത് അവിശ്വസനീയമായ വിജയം കൈവരിച്ചു. പ്രപഞ്ചത്തെപ്പറ്റിയുള്ള നമ്മുടെ വീക്ഷണത്തെ അത് ആകെ മാറ്റിമറിച്ചു എന്നുതന്നെ പറയാം. ഇന്ന് പലമേഖലകളിലായി പ്രതിഷ്ഠ നേടിക്കഴിഞ്ഞ ഭൗതികശാസ്ത്ര ത്തിന്റെ സുദൃഢമായ അടിത്തറ ക്വാണ്ടം ബലതന്ത്രമാണെന്ന കാര്യ ത്തിൽ സംശയമില്ല. ദ്രവ്യത്തിന്റെ, എന്നല്ല പ്രപഞ്ചത്തിന്റെ ആകെത്ത ന്നെയും അത്ഭുതകരമായ രഹസ്യങ്ങളുടെ വാതിൽ തുറക്കാനുള്ള താക്കോലും അതുതന്നെയാണ്.

ആറ്റത്തിന്റെ തലത്തിലുള്ള ഭൗതികവ്യൂഹങ്ങളെപ്പറ്റി നാം നേടി യിട്ടുള്ള അറിവു മുഴുവനും ക്വാണ്ടം ബലതന്ത്രത്തിലധിഷ്ഠിതമാണ്. ഏതാണ്ട് 10^{-10} മീറ്റർ തലത്തിലാണ് ക്വാണ്ടം പ്രഭാവം പ്രകടമാകുന്നത്. ക്വാണ്ടം ബലതന്ത്രത്തിന്റെ സഹായമില്ലാതെ ആറ്റത്തെപ്പറ്റി പൂർണ മായും മനസ്സിലാക്കുക സാധ്യമല്ല. എല്ലാ തലത്തിലും പ്രകടമാകുന്ന പ്രകൃതി പ്രതിഭാസങ്ങളെപ്പറ്റി മനസ്സിലാക്കാൻ ക്വാണ്ടം ബലതന്ത്രം കൂടിയേ കഴിയൂ. ഇതൊക്കെയാണെങ്കിലും ക്വാണ്ടം ബലതന്ത്രം ഉപ യോഗിച്ചുള്ള അപഗ്രഥനങ്ങളിൽ തികഞ്ഞ പരിജ്ഞാനമുള്ളവർപോലും യഥാർഥത്തിൽ അത് എന്താണെന്ന് ഗ്രഹിച്ചിട്ടില്ലെന്ന് പറയപ്പെടുന്നു.

ഭൗതികശാസ്ത്ര സാഹിത്യത്തിൽ ക്വാണ്ടം ബലതന്ത്രത്തിന്റെ പ്രസക്തി വെളിവാക്കുന്ന പല ഉദാഹരണങ്ങളും കാണാം. ഒരു ദേശീയ സെൻസസ് പ്രകാരം ഒരു കുടുംബത്തിൽ ശരാശരി 2.95 അംഗങ്ങളു

ണ്ടെന്നു കരുതുക. ന്യൂട്ടന്റെ ഭൗതിക നിയമമനുസരിച്ച് എന്തിന്റെയും ശരാശരി കണക്കാക്കുമ്പോൾ ഏതു സംഖ്യവന്നാലും അത് സ്വീകാര്യമാ ണ്. അങ്ങനെ കുടുംബങ്ങളിലെ ശരാശരി അംഗസംഖ്യ 2.95 എന്നതിൽ അപാകതയില്ല. എന്നാൽ ഓരോ കുടുംബവും പ്രത്യേകം പ്രത്യേകമായിട്ട് എടുത്താൽ 2,3,5 എന്നിങ്ങനെ മാത്രമേ അംഗങ്ങൾ ഉണ്ടായിരിക്കു കയുള്ളൂ; 3.4 അംഗങ്ങൾ ഒരു കുടുംബത്തിൽ ഉണ്ടാകാൻ സാധ്യമല്ലല്ലോ?

വലുപ്പം കൂടുന്തോറും ഒരു ഭൗതികവ്യൂഹം കൂടുതലും ക്ലാസ്സിക്കൽ സ്വഭാവം കൈവരിക്കും. വലുപ്പത്തിന്റെയടിസ്ഥാനത്തിൽ മാത്രം ക്വാണ്ടം വ്യൂഹത്തിന്റെ വിചിത്രസ്വഭാവം വിശദീകരിക്കാൻ കഴിയുകയില്ല. അത്യധികം വലുപ്പമുള്ളതും വളരെ അകലെ സ്ഥിതിചെയ്യുന്നതുമായ വസ്തുക്കളിൽ നാടകീയമായി ക്വാണ്ടം പ്രഭാവം പ്രകടമാകാം. ന്യൂട്രോൺ നക്ഷത്രങ്ങൾ, സൂപ്പർനോവകൾ, ഗൃഹോപകരണങ്ങൾ തുടങ്ങി നിരവധി ഉദാഹരണങ്ങൾ ഇവിടെ ചൂണ്ടിക്കാട്ടാവുന്നതാണ്. കെമിസ്ട്രിയും ബയോളജിയും ക്വാണ്ടം പ്രഭാവങ്ങൾകൊണ്ട് സമ്പന്ന മാണ്. പ്രപഞ്ചത്തിൽ കാണുന്ന ദ്രവ്യത്തിന്റെ ഘടനയും വിതരണവും ക്വാണ്ടം ബലതന്ത്രത്തിന്റെ പ്രഭാവങ്ങളാൽ സംഭവിക്കുന്നതാണ്. ചുരുക്കത്തിൽ നാം അധിവസിക്കുന്നത് ഒരു ക്വാണ്ടം ബലതന്ത്രീയ ലോകത്തിലാണെന്നുതന്നെ പറയാം.

4.2 പുതിയൊരു കാലഘട്ടത്തിന്റെ ഉദയം

1925 ആയപ്പോഴേക്കും ഗൗരവപൂർണമായ ഗവേഷണത്തിന്റെ ഒരു കാലഘട്ടം ഉദയം ചെയ്തു. നീൽസ്ബോറും സോമർ ഫെൽഡും ആയി രുന്നു ഏറ്റവും ശ്രദ്ധേയമായ പ്രവർത്തനം കാഴ്ച വെച്ചവർ. ഹൈഡ്രജന്റെ വിജയകഥ സങ്കീർണമായ മറ്റ് ആറ്റങ്ങളിലേക്ക് വ്യാപിപ്പിക്കാനുള്ള ശ്രമങ്ങൾ ഉണ്ടായി. നിർഭാഗ്യവശാൽ ഫലം പ്രോത്സാഹജനകമായിരു ന്നില്ല. പുതിയ പരീക്ഷണങ്ങൾ വെല്ലുവിളി ഉയർത്തി. ആറ്റം കാന്തിക ക്ഷേത്രത്തിൽ ആയിരുന്നാൽ ഫ്രീക്വൻസിക്ക് എന്തുമാറ്റം സംഭവിക്കു മെന്ന് കണ്ടറിയാൻ സീമാനും (Zeeman), വൈദ്യുത ക്ഷേത്രത്തിലെ പ്രഭാവം അറിയാൻ സ്റ്റാർക്കും (Stark) നടത്തിയ പരീക്ഷണങ്ങൾ ചില ആറ്റങ്ങളുടെ കാര്യത്തിൽ സൈദ്ധാന്തികമായി പ്രതീക്ഷിച്ച ഫലങ്ങൾ നൽകിയപ്പോൾ മറ്റു ചില ആറ്റങ്ങളെ സംബന്ധിച്ച് പൂർണ പരാജയ മായിരുന്നു.

ഒരു പരിഹാരത്തിനുവേണ്ടി ആത്മാർഥമായി പരിശ്രമിച്ചവരായി രുന്നു യുവ ശാസ്ത്രജ്ഞർ. ചരിത്രപഠനം ഉപേക്ഷിച്ച് ഭൗതിക ശാസ്ത്രരംഗത്തെത്തിയ ലുയി ദ് ബ്രോയ് (Louis de Broglie), ഭൗതിക ശാസ്ത്രത്തോട് അഭിനിവേശവുമായി ജർമനിയിൽ പരിശീലനം കഴിഞ്ഞെത്തിയ വെർണർ ഹൈസൻബെർഗ് (Werner Heisenberg), സുഹൃത്തായ ആസ്ട്രിയക്കാരൻ വുൾഫ്ഗാങ് പോളി (Wolfgang Pauli) ഗോട്ടിംഗൻ യൂണിവേഴ്സിറ്റിയിലെ ജർമൻകാരനായ മാക്സ്ബോൺ

(MaxBorn), സോമർ ഫെൽഡിന്റെ ശിഷ്യനും ഗണിതശാസ്ത്ര വിശാരദ നുമായ ആസ്ട്രിയക്കാരൻ ഷ്രോഡിംഗർ (Schrodinger) എന്നിവരായി രുന്നു ഐൻസ്റ്റൈന്റെയും പ്രത്യേക ശ്രദ്ധ പിടിച്ചു പറ്റിയവർ.

4.3 ഹൈസൻ ബെർഗിന്റെ മെട്രിക്സ് മെക്കാനിക്സ്

മാക്സ് ബോൺ

1925 മുതൽ 1927 വരെയുള്ള മൂന്നുവർഷക്കാലം ക്വാണ്ടം സിദ്ധാ ന്തം ക്വാണ്ടം ബലതന്ത്രമായി വികാ സംപ്രാപിച്ച കാലഘട്ടമായിരുന്നു. ഈ പരിവർത്തനത്തിൽ സജീവ പങ്കാളിത്തം വഹിച്ചവരായിരുന്നു മാക്സ് ബോൺ, ഹൈസൻബെർഗ്, ഷ്രോ ഡിംഗർ, ഡിറാക്, പോളി തുടങ്ങിയ പ്രമുഖ ഭൗ തികശാസ്ത്രജ്ഞർ. 1925 മേയ് മാസം; ഹൈസൻബെർഗ് കഠിനമായ പനി ബാധിച്ചതിനെത്തുടർന്ന് വിശ്രമത്തി നായി ഒരു ദ്വീപിലേക്ക് പോയി. ദ്വീപിൽ തികഞ്ഞ ഏകാഗ്രതയോടെ പഠനത്തിൽ മുഴുകാൻ കഴിഞ്ഞു. ഫിസിക്സ് ആൻഡ് ബിയോണ്ട് (*Physics and Beyond*) എന്ന തന്റെ ആത്മകഥയിൽ ഒരുദിവസം വെളുപ്പിന് 3 മണിക്ക് ഒരു സങ്കീർണ പ്രശ്നത്തിന് പരിഹാരം മനസ്സിൽ ഉദിച്ചകാര്യം ഇങ്ങനെ വിവരിക്കുന്നു: "ക്വാണ്ടം ബലതന്ത്രത്തിന്റെ സുദൃഢമായ ഗണിതീയ അടിത്തറ അനി ഷേധ്യമാണ്. ആദ്യം എനിക്ക് ആശങ്ക ഉണ്ടായിരുന്നു. എങ്കിലും, പ്രകൃതി കനിഞ്ഞു നൽകിയ അനുഗ്രഹമാണതെന്ന് പിന്നീട് ബോധ്യമായി."

ഗോട്ടിംഗനിലേക്ക് (ജർമനി) മടങ്ങി എത്തി മൂന്നാഴ്ചക്കാലംകൊണ്ട് തന്റെ ഗവേഷണത്തിന്റെ ഒരു റിപ്പോർട്ട് തയാറാക്കി പഴയ സുഹൃത്ത് പോളി (Pauli) ക്ക് അഭിപ്രായത്തിനായി അയച്ചുകൊടുത്തു. മറുപടിക്ക് കാത്തുനിൽക്കാനുള്ള സാവകാശം ഇല്ലായിരുന്നു. ഗവേഷണ പ്രബന്ധം മാക്സ്ബോണിനെ ഏൽപ്പിച്ചിട്ട് പ്രഭാഷണങ്ങൾക്കായി കേംബ്രിഡ്ജ് യൂണിവേഴ്സിറ്റിയിലേക്ക് പുറപ്പെട്ടു. മാക്സ്ബോൺ പ്രസ്തുത പ്രബ ന്ധം പ്രശസ്തമായ ഒരു ജർമൻ ജേർണലിന് പ്രസിദ്ധീകരണത്തിനായി അയച്ചു കൊടുത്തു.

ഒരു ചെസ്സ്ബോർഡിലെ കളങ്ങളെപ്പോലെ തോന്നിക്കുന്ന വരികളും നിരകളും (rows and columns) ഉപയോഗിച്ചാണ് ഹൈസൻബെർഗ് തന്റെ പഠനഫലങ്ങൾ ഉൾക്കൊള്ളുന്ന അക്കങ്ങൾ അവതരിപ്പിച്ചിരുന്നത്. A, B എന്ന ഇത്തരം രണ്ട് ക്രമീകരണങ്ങൾ തമ്മിൽ ഗുണിക്കുന്നതിനുള്ള നിയമവും നിർദേശിച്ചിരുന്നു, പ്രസ്തുത നിയമം അനുസരിച്ച്,

A. B ≠ B.A

പക്ഷേ, വിചിത്രമായ ഈ പ്രത്യേകതയുടെ സാരം ഹൈസൻ ബെർഗിന് അപ്പോൾ വ്യക്തമായിരുന്നില്ല. ഗണിതശാസ്ത്രത്തിലെ 'മെട്രിക്സ്' (Matrix) ആണ് താൻ കണ്ടുപിടിച്ച അക്കങ്ങളുടെ ക്രമീകര ണം (arrangement of numbers) എന്ന് പിന്നീടാണ് മനസ്സിലായത്. അണുഭൗതികത്തിൽ ഹൈസൻബെർഗ് ആവിഷ്കരിച്ച സമ്പ്രദായം മെട്രിക്സ് മെക്കാനിക്സ്' എന്നറിയപ്പെടുന്നു.

സമാന്തരമായി 'വേവ് മെക്കാനിക്സ്' (Wave mechanics) എന്ന മറ്റൊരു പദ്ധതിയും പ്രതിഷ്ഠ നേടുന്നുണ്ടായിരുന്നു. മാക്സ്ബോൺ, ശ്രേഷാഡിംഗർ, ഡിറാക് തുടങ്ങിയ മഹാരഥന്മാർ ആയിരുന്നു അതിനു പിന്നിൽ പ്രവർത്തിച്ചിരുന്നത്.

4.4 മെട്രിക്സ് മെക്കാനിക്സ് – ക്രമവിനിമേയരാഹിത്യം

1925 ജൂൺ – ജൂലൈ മാസങ്ങളിൽ യോർദാനു (Jordan) മായി ചേർന്ന് മാക്സ്ബോൺ പ്രാരംഭംകുറിച്ച പഠനങ്ങൾ മെട്രിക്സ് മെക്കാ നിക്സിന്റെ വളർച്ചയ്ക്ക് സഹായകമായി. സെപ്തംബറിൽ കോപ്പൻ ഹേഗനിൽ എത്തിയ ഹൈസൻബെർഗ് കത്തിടപാടുകളിലൂടെ അവ രോടൊപ്പം ചേർന്നു. ഈ കൂട്ടായ്മയുടെ ഫലമായി ക്വാണ്ടം മെക്കാനി ക്സിനെ സംബന്ധിക്കുന്ന സമഗ്രമായ ഒരു പ്രബന്ധം തയാറാക്കാൻ കഴിഞ്ഞു. ഈ പ്രബന്ധത്തിൽ ക്വാണ്ടം മെക്കാനിക്സിൽ മൗലിക പ്രാധാന്യമുള്ള ഒരു നിയമം $pq-qp = i(h/2\pi)$ സ്ഥാപിക്കുകയുണ്ടായി. ഇവിടെ q ഒരു സൂക്ഷ്മകണത്തെ പ്രതിനിധാനം ചെയ്യുന്ന 'വേവ്പാക്കറ്റ്' (Wave packet) ന്റെ സ്ഥാനവും, p അതിന്റെ സംവേഗവും ആകുന്നു. ഇതിന്റെ ഭൗതിക പ്രാധാന്യം അത് അവർക്കാർക്കും മനസ്സിലായിരുന്നില്ല.

മെട്രിക്സിനെപ്പറ്റി അക്കാലത്ത് ഭൗതികശാസ്ത്രജ്ഞർക്കുമാത്ര മല്ല, മിക്ക ഗണിതശാസ്ത്ര വിദഗ്ധർക്കുപോലും ശരിയായ ഗ്രാഹ്യം ഉണ്ടായിരുന്നില്ല. മെട്രിക്സുകളുടെ 'ക്രമവിനിമേയ രാഹിത്യം' എന്ന പ്രത്യേകത (non - commutativity) അതായത്, AB ≠ BA, അഥവാ, AB-BA ≠ 0 എന്നത് വിചിത്രമായിട്ടാണ് പലർക്കും തോന്നിയത്. ab=ba എന്ന സാധാരണ ബീജഗണിത നിയമമാണല്ലോ ഏവർക്കും അറിയാവു ന്നത്.

4.5 വിഷയത്തിന്റെ ദുർഗ്രാഹ്യത

ന്യൂട്ടോണിയൻ മെക്കാനിക്സിലെ ഊർജസംരക്ഷണനിയമം (En- ergy conservation law) പോലെ പരിചിതമായ പല റിസൾട്ടുകളും പുതിയ മെക്കാനിക്സിൽനിന്നും ലഭ്യമാക്കാമെന്നതും അതിശയകരമായി തോന്നുകയുണ്ടായി. ചുരുക്കത്തിൽ മെട്രിക്സ് മെക്കാനിക്സ് ന്യൂട്ടന്റെ മെക്കാനിക്സിനെ ഉൾക്കൊള്ളുന്നു എന്നു പറയാം. എന്നാൽ നിർഭാഗ്യ വശാൽ ഈ ആശയങ്ങളുടെ പിന്നിലെ ഗണിതം (mathematics)

ഗോട്ടിംഗൻ ഗ്രൂപ്പിൽ ചുരുക്കം ചിലർക്കേ മനസ്സിലാക്കാൻ കഴിയുമായിരു ന്നുള്ളൂ. അതിനാൽ ഹൈസൻബെർഗിന്റെ മികച്ച സംഭാവനകൾ ഉൾക്കൊള്ളാൻ പലർക്കും കഴിഞ്ഞില്ല. ഇതിനൊരപവാദമായി ഇംഗ്ല ണ്ടിൽ കേംബ്രിഡ്ജ് യൂണിവേഴ്സിറ്റിയിൽ പോൾ ഡിറാക് (Paul Dirac) എന്ന ഒരു യുവശാസ്ത്രജ്ഞൻ ഉണ്ടായിരുന്നു.

4.6 പോൾ ഡിറാക് (Paul Dirac)

1902 ആഗസ്തിൽ ജനിച്ച ഡിറാക്കിന് ഹൈസൻബെർഗിനെ അപേ ക്ഷിച്ച് ഏതാനും മാസത്തെ പ്രായക്കു റവ് ഉണ്ടായിരുന്നു. ന്യൂട്ടനോട് കിടപി ടിക്കുന്ന ഒരേയൊരു ബ്രിട്ടീഷ് ശാസ്ത്ര ജ്ഞനെന്ന ബഹുമതിക്കർഹനായിരുന്നു ഡിറാക്. പക്ഷേ, 1921 ൽ ബ്രിസ്റ്റൽ യൂണിവേഴ്സിറ്റിയിൽ നിന്ന് ഒരു എഞ്ചി നീയറിങ് ബിരുദധാരിയായി പുറത്തി റങ്ങുന്നതുവരെയും സൈദ്ധാന്തിക ഭൗതികത്തിൽ താൽപ്പര്യം പ്രകടിപ്പിച്ചി രുന്നില്ല. നേടിയ ബിരുദം ഒരു എഞ്ചിനീ യറായി ജോലി ലഭിക്കുന്നതിന് സഹായ കമായില്ല.

ബ്രിസ്റ്റലിൽ രക്ഷിതാക്കളോടൊപ്പം താമസിച്ചുകൊണ്ട് ഗണിതശാസ്ത്ര ത്തിൽ ഒരു ത്രിവത്സരകോഴ്സ് രണ്ടുവർ ഷംകൊണ്ട് പൂർത്തിയാക്കി. അങ്ങനെ

പോൾ ഡിറാക്

1923 ൽ അപ്ലൈഡ് മാത്തമാറ്റിക്സിൽ BA ബിരുദം കരസ്ഥമാക്കി. തുടർന്ന് കേംബ്രിഡ്ജിൽ, സയന്റിഫിക് & ഇൻഡസ്ട്രിയൽ റിസർച്ച് ഡിപ്പാർട്ടുമെന്റിന്റെ സാമ്പത്തിക സഹായത്തോടെ ഗവേഷണത്തിന് അവസരം ലഭിച്ചു. കേംബ്രിഡ്ജിൽ എത്തിയ ശേഷമാണ് ക്വാണ്ടം സിദ്ധാന്തവുമായി പരിചയപ്പെടുന്നത്.

1925 ജൂലൈയിൽ കേംബ്രിഡ്ജ് യൂണിവേഴ്സിറ്റിയിൽ ഹൈസൻ ബെർഗിന്റെ പ്രഭാഷണമുണ്ടായിരുന്നു. ഈ പ്രഭാഷണം ശ്രവിക്കാനെ ത്തിയ ഡിറാക് ക്വാണ്ടം സിദ്ധാന്തവുമായി ഗാഢമായ പരിചയമില്ലാത്ത വിദ്യാർഥിയായിരുന്നു. തന്റെ പുതിയ ഗവേഷണവിഷയത്തെപ്പറ്റി ഹൈസൻബെർഗ് പ്രഭാഷണത്തിൽ സൂചനയൊന്നും നൽകിയില്ല. എന്നാൽ ഡിറാക്കിന്റെ പഠനത്തിന് മേൽനോട്ടം വഹിച്ചിരുന്ന ഫൗളറോട് (Fowler) അതേപ്പറ്റി സ്വകാര്യസംഭാഷണത്തിൽ പരാമർശിക്കുകയു ണ്ടായി. ആഗസ്ത് മധ്യത്തോടെ പ്രബന്ധത്തിന്റെ ഒരു പ്രതി (copy) ഫൗളർക്ക് അയച്ചുകൊടുക്കുകയും ചെയ്തു. ജേർണലിൽ പ്രത്യക്ഷപ്പെ ടുന്നതിനുമുമ്പായിരുന്നു ഇത് സംഭവിച്ചത്. അങ്ങനെ മറ്റാരും കാണുന്ന

തിനുമുമ്പ് [പോളി (Pauli) ഒഴികെ] ഡിറാക്കിന് പഠിക്കാനവസരം കിട്ടി. ഈ വിഷയത്തെ അധികരിച്ചുള്ള പ്രഥമ പ്രബന്ധത്തിൽനിന്ന് ക്വാണ്ടം മെക്കാനിക്സിലെ മെട്രിക്സുകളുടെ ക്രമ വിനിമേയരാഹിത്യം (non-commutativity) എന്ന ആശയം (a.b ≠ b.a) ഡിറാക്കിന് പിടികിട്ടി. വിശദാംശങ്ങൾ പ്രസ്തുത പ്രബന്ധത്തിലുണ്ടായിരുന്നില്ല. ഹൈസൻ ബെർഗിന് പരിചയമില്ലായിരുന്നെങ്കിലും ഡിറാക്കിന് ആ ഗണിതശാഖ വശമായിരുന്നു. സൗരയൂഥത്തിലെ ഗ്രഹങ്ങളുടെ ചലനവുമായി ബന്ധ പ്പെട്ട പഠനത്തിന് വില്യം ഹാമിൽടൺ (William Hamilton) ഏതാണ്ട് ഒരു നൂറ്റാണ്ടിനുമുമ്പ് അത് ഉപയോഗപ്പെടുത്തിയിരുന്നു.

ഗോട്ടിംഗൻ സംഘത്തിന്റെ സഹായമില്ലാതെതന്നെ ക്വാണ്ടം മെക്കാ നിക്സിലെ സമവാക്യങ്ങളുടെ ഗണിതീയഘടന ക്ലാസ്സിക്കൽ മെക്കാനി ക്സിൽ നേരത്തെ പ്രകടമായിട്ടുള്ളതാണെന്ന് ഡിറാക് തിരിച്ചറിഞ്ഞു. അതിനാൽ ക്വാണ്ടം മെക്കാനിക്സിന്റെ ഒരു സവിശേഷ പരിധിയിൽ ക്ലാസിക്കൽ മെക്കാനിക്സ് ഉരുത്തിരിയുമെന്ന് മനസ്സിലാക്കി. ക്വാണ്ടം നമ്പരുകളുടെ ഉയർന്ന മൂല്യത്തിനു സമാനമായതും പ്ലാങ്ക് സ്ഥിരാങ്ക ത്തിന്റെ മൂല്യം പൂജ്യമായിത്തീരുന്നതും (h=0) ആയ പരിധിയാണിത്.

'ക്വാണ്ടം മെക്കാനിക്സ്' (Quantum Mechanics) സംബന്ധിച്ച തന്റെ പ്രസിദ്ധമായ പ്രഥമ പ്രബന്ധം പ്രസിദ്ധീകരിക്കപ്പെട്ടതോടെ അദ്ദേഹം പ്രശസ്തിയിലേക്കുയർന്നു. 1926 ൽ കേംബ്രിഡ്ജിൽനിന്ന് Phd ബിരുദം കരസ്ഥമാക്കി. തീസിസിന്റെ ശീർഷകം "ക്വാണ്ടം മെക്കാനിക്സ്" എന്നാ യിരുന്നു. 1927 ൽ സെന്റ് ജോൺസ് കോളേജിൽ ഫെല്ലോ ആയി തെര ഞ്ഞെടുക്കപ്പെട്ടു. 1932 ൽ ജോസഫ് ലാർമർ വിരമിച്ച ഒഴിവിൽ ഗണിത ശാസ്ത്ര വിഭാഗത്തിൽ ലൂക്കേഷ്യൻ പ്രൊഫസറായി (Lucasian Pro-fessor) നിയമനം ലഭിച്ചു. 1969 വരെ ഈ സ്ഥാനത്ത് തുടരുകയുണ്ടായി. അവിടെനിന്നും വിരമിച്ച വർഷംതന്നെ കേംബ്രിഡ്ജ് യൂണിവേഴ്സിറ്റി യിൽ 'എമരിറ്റസ്' പ്രൊഫസർ എന്ന ഉന്നതസ്ഥാനം ലഭ്യമായി. 1933 ൽ എർവിൻ ഷ്രോഡിംഗറോ (Erwin Schrodinger) ടൊപ്പം 'നോബൽ സമ്മാന' ജേതാവായി. ആധുനികരൂപത്തിലുള്ള അണുസിദ്ധാന്തത്തിന്റെ കണ്ടുപിടിത്തവും അതിന്റെ പ്രായോഗിക സാധ്യതകളും കണക്കിലെടു ത്താണ് നോബൽ കമ്മിറ്റി ഡിറാക്കിനെ സമ്മാനത്തിനായി തെരഞ്ഞെടു ത്തത്.

1971 മുതൽ മരണംവരെയും ഫ്ളോറിഡാ സ്റ്റേറ്റ് യൂണിവേഴ്സിറ്റി യിൽ ഫിസിക്സ് പ്രൊഫസ്സറായി തുടർന്നു. അവസാനകാലംവരെയും ഗവേഷണപ്രവർത്തനങ്ങളിൽ മുഴുകിയാണ് കഴിഞ്ഞത്.

നോബൽ സമ്മാനത്തിനുപുറമെ ലഭിച്ച മറ്റുചില ബഹുമതികളുടെ കൂട്ടത്തിൽ ലണ്ടനിലെ റോയൽ സൊസൈറ്റിയുടെ ഫെലോഷിപ്പ്, ഓപ്പൺഹൈമർ സമ്മാനം (Oppenheimer) ബ്രിട്ടീഷ് ഗവണ്മന്റിന്റെ 'ഓർഡർ ഓഫ് മെറിറ്റ്' എന്നിവയാണ് ഏറെ ശ്രദ്ധേയമായിട്ടുള്ളത്.

4.7 ഡിറാക്കിന്റെ ഗവേഷണ പ്രബന്ധങ്ങൾ

ആകെക്കൂടി ഏതാണ്ട് 200 പ്രബന്ധങ്ങൾ ആണ് ഡിറാക് പ്രസിദ്ധീ കരിച്ചിട്ടുള്ളത്. എണ്ണത്തിന്റെ കാര്യത്തിൽ വലിയ മേന്മ അവകാശപ്പെടാ നാവില്ലെങ്കിലും, വിഷയ വൈവിധ്യവും ആശയങ്ങളുടെ ഗഹനതയും കൊണ്ട് അവ തികച്ചും മികവുറ്റതായിരുന്നു.

ക്വാണ്ടം ബലതന്ത്രത്തിന്റെ അടിസ്ഥാന സമവാക്യങ്ങൾ എന്ന പ്രബന്ധം റോയൽ സൊസൈറ്റിയുടെ റിപ്പോർട്ടിൽ പ്രത്യക്ഷപ്പെട്ടതോടെ ഡിറാക് പ്രശസ്തനായിത്തീർന്നു. ആയിടയ്ക്ക് ഹൈസൻബെർഗിന്റെ ഒരു പ്രബന്ധം വായിക്കാനിടയായി. "അത് ക്വാണ്ടം മെക്കാനിക്സിലേ ക്കുള്ള വാതിൽ തുറക്കാൻ സഹായകമായ താക്കോൽ" ആണെന്ന് മനസ്സിലായി.

ഒട്ടും വൈകാതെ, തന്റേതായ രീതിയിൽ ക്വാണ്ടം മെക്കാനിക്സ് പുനഃസൃഷ്ടിക്കുവാനുള്ള യത്നങ്ങളിൽ മുഴുകി. ഭൗതികരാശികൾ തമ്മി ലുള്ള ഗുണനം (multiplication) 'ക്രമവിനിമേയം' (commutative) അല്ലെ ന്നു കണ്ടതിൽ ഹൈസൻബെർഗ് അസ്വസ്ഥനായിരുന്നു. എന്നാൽ അതു തന്നെയാണ് പുതിയ ക്വാണ്ടം സിദ്ധാന്തത്തിന്റെ ഏറ്റവും പ്രധാനപ്പെട്ട സവിശേഷതയെന്ന് ഡിറാക് തിരിച്ചറിഞ്ഞു. ക്വാണ്ടം ബലതന്ത്രത്തിന്റെ ശരിയായ സ്വരൂപവും നിരവധി പ്രായോഗിക സാധ്യതകളും സംബന്ധിച്ച് വ്യക്തമായ ധാരണ ഡിറാക്കിനുണ്ടായിരുന്നു. താമസിയാതെ ക്വാണ്ടം ബലതന്ത്രത്തിന്റെ പുരോഗതി വെളിവാക്കുന്ന നിരവധി പ്രബന്ധങ്ങൾ പ്രസിദ്ധീകരിക്കപ്പെട്ടു. ഡിറാക്കിൽനിന്നുമാണ് ഏറ്റവും അധികം സംഭാവനകൾ ഉണ്ടായത്.

ക്വാണ്ടം ബലതന്ത്രം വിഷയമാക്കിയ ഡിറാക്കിന്റെ രണ്ടാമത്തെ പ്രബന്ധം 1926 ലും മൂന്നാമത്തെ പ്രബന്ധം 1927 ലും റോയൽ സൊ സൈറ്റി പ്രസിദ്ധീകരിക്കുകയുണ്ടായി.

4.8 വെർണർ ഹൈസൻബെർഗ് (Werner Heisenberg)

1901 ഡിസംബർ 5 ന് ജർമനിയിലെ വൂഴ്സ്ബെർഗിൽ ജനനം. സൈദ്ധാ ന്തിക ഭൗതികജ്ഞൻ, ക്വാണ്ടം ബലത ന്ത്രത്തിന്റെ സ്ഥാപകരിലൊരാൾ, പ്രസി ദ്ധമായ അനിശ്ചിതത്വ തത്ത്വത്തിന്റെ ഉപ ജ്ഞാതാവ് എന്നീ നിലകളിൽ പ്രശസ്തൻ. ന്യൂക്ലിയർ ഫിസിക്സ്, ക്വാണ്ടം ഫീൽ ഡ് തിയറി, പാർട്ടിക്കിൾ ഫിസിക്സ് എന്നീ വിഷയങ്ങളിൽ സുപ്രധാനമായ സംഭാവനകൾ ഹൈസൻബെർഗ് നൽ കിയിട്ടുണ്ട്. മാക്സ്ബോൺ, യോർദാൻ (P Jordan) എന്നിവരുമായി ചേർന്ന

ഹൈസൻബെർഗ്

'മെട്രിക്സ് മെക്കാനിക്സ്' വികസിപ്പിച്ചതാണ് ഏറെ ശ്രദ്ധേയമായ സംഭാവന. 1932 ൽ നോബൽ സമ്മാനം ലഭിച്ചു. 1933 ൽ മാക്സ്പ്ലാങ്ക് മെഡലും നേടി.

1955–56 കാലത്ത് സെന്റ് ആൻഡ്രൂസ് യൂണിവേഴ്സിറ്റിയിൽ ചെയ്ത പ്രഭാഷണ പരമ്പരയുടെ ടെക്സ്റ്റ് 'ഫിസിക്സും ഫിലോസഫിയും' (Physics and Philosophy) എന്ന ശീർഷകത്തിൽ 1959 ൽ പ്രസിദ്ധീകരി ക്കുകയുണ്ടായി. ഇതിൽ ക്വാണ്ടം സിദ്ധാന്തത്തിന്റെ ഒരു ഹ്രസ്വമായ ചരിത്രവും, 'കോപ്പൺഹേഗൻ' വ്യാഖ്യാനത്തിന്റെ (Copenhagen Inter-pretation) വിശകലനവും ഉൾക്കൊള്ളിച്ചിട്ടുണ്ട്.

ഹൈസൻബെർഗിന്റെ പ്രശസ്തമായ മറ്റുകൃതികൾ ഇവയാണ്:

1. *ഫിസിക്സും ഫിലോസഫിയും (Physics and Philosophy)*
2. *പ്രകൃതിയെപ്പറ്റിയുള്ള ഭൗതികശാസ്ത്രജ്ഞന്റെ സങ്കൽപ്പം* (Physicist's Conception of Nature)
3. *ഫിസിക്സ് ആൻഡ് ബിയോണ്ട്* (Physics and Beyond)

താഴെപ്പറയുന്ന യൂണിവേഴ്സിറ്റികളുമായി ബന്ധപ്പെട്ട് അദ്ദേഹം പ്രവർത്തിച്ചിട്ടുണ്ട്.

1. ഗോട്ടിംഗൻ യൂണിവേഴ്സിറ്റി
2. യൂണിവേഴ്സിറ്റി ഓഫ് കോപ്പൺ ഹേഗൻ
3. യൂണിവേഴ്സിറ്റി ഓഫ് ലീപ്സിഗ് (University of Leipzig)
4. ബർലിൻ യൂണിവേഴ്സിറ്റി
5. സെന്റ് ആൻഡ്രൂസ് യൂണിവേഴ്സിറ്റി
6. യൂണിവേഴ്സിറ്റി ഓഫ് മ്യൂണിക് (Munich)

1976 ഫെബ്രുവരി 1 ന് 74-ാം വയസിൽ ഹൈസൻബെർഗ് നിര്യാത നായി.

4.9 ക്വാണ്ടം ബലതന്ത്രത്തിന്റെ സാമാന്യ തത്വങ്ങൾ

പ്രകാശത്തിന്റെ ക്വാണ്ടം സിദ്ധാന്തവുമായി 1905 ൽ ഐൻസ്റ്റൈൻ രംഗപ്രവേശം ചെയ്തതോടെ ഭൗതികശാസ്ത്രത്തിന്റെ ഭാവി നിർണായ കമായ വഴിത്തിരിവിലായി. ആറ്റത്തിന്റെ അസ്തിത്വംതന്നെ ചോദ്യം ചെയ്യ പ്പെട്ട കാലഘട്ടമായിരുന്നു അത്. രണ്ട് വ്യത്യസ്ത ചിന്താഗതികൾ പ്രബല മായിരുന്നു. ന്യൂട്ടന്റെ ഡൈനാമിക്സ് ഉപേക്ഷിക്കാൻ പലരും തയാറാ യില്ല.

1905 ൽ ചരിത്രപ്രധാനമായ മൂന്നു പ്രബദ്ധങ്ങൾ ഐൻസ്റ്റൈൻ പ്രസിദ്ധീകരിച്ചു. *അന്നാലെൻ ദെർ ഫിസിക് (Annalen der Physik)* എന്ന ജേർണലിന്റെ 17-ാം വാല്യത്തിലാണ് ഇവ പ്രത്യക്ഷപ്പെട്ടത്. ഇവയി ലോരോന്നും നോബൽ സമ്മാനം ലഭിക്കത്തക്ക നിലവാരമുള്ളതായി രുന്നു. 20-ാം നൂറ്റാണ്ടിലെ ഭൗതികശാസ്ത്രത്തെ ആകെ വിപ്ലവാത്മക മായി മാറ്റി മറിച്ച കൃതികളായിരുന്നു അവ.

ആദ്യത്തെ പ്രബന്ധത്തിന്റെ പ്രമേയം 'സ്റ്റാറ്റിസ്റ്റിക്കൽ മെക്കാനിക്

സി'ലെ (Statistical mechanics) ഒരു വിഷയമായിരുന്നു. സ്റ്റാറ്റിസ്റ്റിക്കൽ മെക്കാനിക്സിന്റെ അടിത്തറ പാകിയവർ മാക്സ്‍വെൽ (Maxwell), ബോൾട്സ്മാൻ (Boltzman), ഗിബ്സ് (Gibbs) എന്നിവരാണ്. സ്റ്റാറ്റിസ്റ്റിക്കൽ മെക്കാനിക്സിന്റെ അടിത്തറ 'ആറ്റങ്ങളുടെ (തന്മാത്രകളുടെ) സംഘാതമാണ് വാതകം' എന്നതാണ്. ഇവ നിരന്തരം ലക്ഷ്യം ഇല്ലാതെ നീങ്ങിക്കൊണ്ടിരിക്കുന്നു. ഈ ചലനഗതിയിൽ പരസ്പരം കൂട്ടിമുട്ടാ തിരിക്കാൻ കഴിയില്ലല്ലോ. കൂട്ടിമുട്ടൽ മൂലം ചലനവേഗതയും ചലന ദിശയും മാറിക്കൊണ്ടേയിരിക്കുന്നു.

അദൃശ്യമായ ആറ്റത്തിന്റെ അസ്തിത്വത്തിൽ വിശ്വസിക്കാൻ പലർക്കും കഴിയുമായിരുന്നില്ല. ഈ സൂക്ഷ്മകണങ്ങളെ ദർശിക്കാൻ ഒരുപായവും ഇല്ലല്ലോ. നമ്മൾ ശ്വാസം എടുക്കുമ്പോൾ ഉള്ളിലേക്ക് കട ക്കുന്ന ആറ്റങ്ങളുടെ എണ്ണം ഏതാണ്ട് 10^{24} ആണ്. അതായത്, കോടി കോടി ദശലക്ഷം. ഇവ ഭൂമിയുടെ ആകമാനമുള്ള അന്തരീക്ഷത്തിൽ കലർന്നുപോയാലും ഒരു നിശ്വാസത്തിൽ അവയിൽ ഒരെണ്ണമെങ്കിലും ഉണ്ടായിരിക്കാൻ സാധ്യതയുണ്ട്.

ആറ്റത്തിന്റെ അസ്തിത്വം എങ്ങനെ തെളിയിക്കാമെന്നതായിരുന്നു ഐൻസ്റ്റൈന് നേരിടേണ്ടിവന്ന പ്രശ്നം. ഇതിനു സഹായകമായ ഒരു പരീക്ഷണത്തിന്റെ വിശദാംശങ്ങളായിരുന്നു ഒന്നാമത്തെ പ്രബന്ധത്തിന്റെ ഉള്ളടക്കം, ഒരു ദ്രാവകത്തിന്റെ പ്രതലത്തിൽ വിതറിയ പൂമ്പൊടികൾ പ്രത്യേക രീതിയിൽ ചലിക്കുന്നതായി കാണാം. ബ്രൗണിയൻ ചലനം (Brownian motion) എന്നാണിതറിയപ്പെടുന്നത്. അവയുടെ അല ക്ഷ്യമായ ചലനം (random motion) ദ്രാവകത്തിന്റെ ആറ്റങ്ങളുമായി അവയ്ക്കുണ്ടാകുന്ന കൂട്ടിമുട്ടലുകളുടെ ഫലമാണെന്ന തിരിച്ചറിവ് ആറ്റ ത്തിന്റെ അസ്തിത്വത്തിന് തെളിവായി കണക്കാക്കാം.

രണ്ടാമത്തെ പ്രബന്ധത്തിന്റെ വിഷയം ഫോട്ടോ ഇലക്ട്രിക് പ്രഭാവ മായിരുന്നു. ഫോട്ടോ ഇലക്ട്രിക് പ്രഭാവം വിശദമായി പ്രതിപാദിക്കപ്പെട്ടു കഴിഞ്ഞതാണല്ലോ. "തികച്ചും വിപ്ലവകരം" എന്ന് ഈ വിഷയത്തെപ്പറ്റി മാത്രമാണ് ഐൻസ്റ്റൈൻ പറഞ്ഞിട്ടുള്ളത്. ഫോട്ടോ ഇലക്ട്രിക് പ്രഭാവ ത്തിന് സൈദ്ധാന്തിക വിശദീകരണം നൽകിയതിനാണ് 1921 ൽ ഐൻ സ്റ്റൈൻ നോബൽ സമ്മാനം ലഭിച്ചത്, അല്ലാതെ പ്രഖ്യാതമായ ആപേ ക്ഷികതാ സിദ്ധാന്തത്തിന്റെ പേരിലല്ല.

1905 ൽ പ്രസിദ്ധീകരിച്ച മൂന്നാമത്തെ പ്രബന്ധം ഐൻസ്റ്റൈന്റെ വിശിഷ്ടാപേക്ഷികതാ സിദ്ധാന്തം (Special theory of relativity) സംബ ന്ധിച്ചതായിരുന്നു. വിശിഷ്ടാപേക്ഷികതയുടെ പ്രധാനപ്പെട്ട നിഗമനങ്ങൾ ഇങ്ങനെ സംഗ്രഹിക്കാം:

1. പ്രകാശവേഗത ഒരു കേവല സ്ഥിരരാശിയാണ് (absolute constant). ഏതു സാഹചര്യത്തിലും എവിടെയും ഏതുദിശയിലും അതിന്റെ മൂല്യം c= 3×10^8 മീറ്റർ/സെക്കൻഡ് ആയിരിക്കും.

2. നീളത്തിന് സമാന്തരമായി പ്രകാശവേഗതയോടടുത്ത വേഗതയിൽ സഞ്ചരിക്കുന്ന ഒരു ദണ്ഡിന്റെ നീളം യഥാർഥത്തിലുള്ളതിനേ

ക്കാൾ കുറഞ്ഞതായി ഒരു നിരീക്ഷകന് അനുഭവപ്പെടും.

3. സമയാന്തരാളത്തിനും (time interval) ഇത്തരം ഒരു വ്യത്യാസം അനുഭവപ്പെടും. സഞ്ചരിക്കുന്ന ക്ലോക്കിന്റെ സൂചികൾ അൽപ്പം സാവകാശത്തിലായിരിക്കും ചലിക്കുക.

4. ഒരു വസ്തുവിനും പ്രകാശവേഗതയേക്കാൾ കൂടിയ വേഗതയിൽ സഞ്ചരിക്കാനാവില്ല.

5. വിശിഷ്ടാപേക്ഷികതാ സിദ്ധാന്തത്തിന്റെ ഏറ്റവും ശ്രദ്ധേയമായ നിഗമനം ദ്രവ്യത്തെ ഊർജ്ജമാക്കി മാറ്റാമെന്നതാണ്. പ്രസിദ്ധമായ $E=mc^2$ എന്ന സമവാക്യമാണ് ഇതിനാധാരം. E= ഊർജ്ജം, m = ദ്രവ്യമാനം, c = പ്രകാശവേഗത. പ്രകാശവേഗത വളരെ വലിയൊരു സംഖ്യ ആയതിനാൽ അൽപ്പമാത്രം ദ്രവ്യത്തെപ്പോലും ഊർജ്ജ മാക്കി മാറ്റിയാൽ ഭീമമായതോതിൽ ഊർജ്ജം ലഭ്യമാകും. അണു ബോംബിന്റെയും ന്യൂക്ലിയർ റിയാക്ടറുകളിലെയും ഊർ ജ്ജോൽപ്പാദനത്തിന് ആധാരമായിത്തീർന്നത് ഈ സമവാക്യമാണ്.

ഒരു ദശാബ്ദത്തിനുശേഷം 1915 ൽ ഐൻസ്റ്റൈൻ തന്റെ സാമാ ന്യാപേക്ഷികതാ സിദ്ധാന്തം (General theory of relativity) പ്രസിദ്ധീ കരിച്ചു. ഇത് ന്യൂട്ടന്റെ ഗ്രാവിറ്റേഷണൽ സങ്കൽപ്പത്തെ പിന്തള്ളികൊണ്ട് ആവിഷ്കരിക്കപ്പെട്ട പുതിയൊരു ഗ്രാവിറ്റേഷൻ സിദ്ധാന്തമാണ്.

നമുക്ക് ക്വാണ്ടം ബലതന്ത്രത്തിലേക്ക് മടങ്ങാം.

5

കാണ്ഡം ബലതന്ത്രത്തിന്റെ അടിസ്ഥാന സങ്കൽപ്പങ്ങൾ

5.1 തരംഗഫലനം (Wave function)

ഇലക്ട്രോണിന് തരംഗസ്വഭാവവും കണസ്വഭാവവും ഉണ്ടെന്നു കണ്ടുവല്ലോ. കണ വ്യൂഹത്തിന്റെ വിവരണത്തിന് ക്വാണ്ടം ബലതന്ത്ര ത്തിൽ സ്വീകരിച്ചിട്ടുള്ള ഉപാധിയാണ് തരംഗഫലനം (wave function): ψ. വ്യൂഹത്തിന്റെ അവസ്ഥ (state) യെ സമ്പൂർണമായും പ്രതിനിധാനം ചെയ്യുന്ന ψ അതിന്റെ സ്ഥാനത്തെ സൂചിപ്പിക്കുന്ന നിർദേശാങ്കങ്ങൾ (x, y, z) സമയം t എന്നിവയുടെ ഫലനം ആയിരിക്കും. ഒരു വ്യൂഹത്തിന്റെ ഷ്രോഡിംഗർ (Schrodinger) സമീകരണം നിർധാരണം ചെയ്താൽ കിട്ടുന്നതാണ് ഈ ഫലനം. ക്ലാസ്സിക്കൽ ബലതന്ത്രത്തിൽ ന്യൂട്ടന്റെ സമീ കരണങ്ങൾക്കുള്ള സ്ഥാനമാണ് ക്വാണ്ടം ബലതന്ത്രത്തിൽ ഷ്രോഡിംഗർ സമീകരണത്തിനുള്ളത്.

ψ എന്ന ഗ്രീക്ക് അക്ഷരമാണ് തരംഗഫലനത്തെ പ്രതിനിധാനം ചെയ്യാനായി ക്വാണ്ടം ബലതന്ത്രത്തിൽ സാർവലൗകികമായി സ്വീകരി ച്ചിട്ടുള്ളത്. അത് 'സ്ഥാന സദിശം' (Position vector) $\vec{r}$ ന്റെയും, സമയം t യുടെയും ഫലനമായതിനാൽ $\psi\,(\vec{r}\,,\,t)$ എന്നെഴുതാം. ഏതുവ്യൂഹ ത്തിന്റെ അവസ്ഥയെ അത് സൂചിപ്പിക്കുന്നുവോ, ആ വ്യൂഹത്തിന്റെ എല്ലാ ഗുണധർമങ്ങളും സ്ഥാനം, സംവേഗം, ഊർജ്ജം തുടങ്ങി എല്ലാം തരംഗഫലനം ഉൾക്കൊള്ളുന്നു. അനുയോജ്യമായ പ്രക്രിയയിലൂടെ അവയെ തരംഗഫലനത്തിൽനിന്നും ലഭ്യമാക്കാവുന്നതാണ്. എങ്ങനെ യെന്ന് വഴിയെ കാണാം.

5.2 സംഭാവ്യതാ സങ്കൽപ്പം

സ്ഥൂലവസ്തുക്കൾ കോടാനുകോടി ആറ്റങ്ങളാൽ നിർമിത

മാണല്ലോ. സ്ഥൂലവസ്തുക്കളുടെ 'ഡൈനാമിക്സ്' ക്ലാസ്സിക്കൽ മെക്കാ
നിക്സ് അഥവാ ന്യൂട്ടന്റെ മെക്കാനിക്സ് ഉപയോഗിച്ച് പഠിക്കാമെന്ന്
നമുക്കറിയാം. ഭൂമിയിലെയും ആകാശത്തിലെയും സ്ഥൂലവസ്തുക്കൾ
അങ്ങനെ പഠനവിധേയമായിട്ടുണ്ട്. ആറ്റത്തിലെ ഇലക്ട്രോണിന്റെ ചലന
ത്തെപ്പറ്റി പഠിക്കുന്നതിന് ക്ലാസ്സിക്കൽ ഭൗതികം പര്യാപ്തമല്ല. ക്വാണ്ടം
ബലതന്ത്രം മാത്രമാണ് ഇവിടെ പ്രയോഗക്ഷമമായിട്ടുള്ളത്. ഗഹനവും
സങ്കീർണവുമായ ഗണിതീയ അടിത്തറയിലാണ് ക്വാണ്ടം ബലതന്ത്രം
രൂപപ്പെടുത്തിയിട്ടുള്ളത്. ദൈനംദിന ജീവിതാനുഭവങ്ങളുടെ വെളിച്ച
ത്തിൽ മനസ്സിൽ വേരുറച്ചിട്ടുള്ള പല കൽപ്പനകളും ഉപേക്ഷിച്ചെങ്കിൽ
മാത്രമേ ക്വാണ്ടം ബലതന്ത്രത്തിന്റെ അടിസ്ഥാന സങ്കൽപ്പങ്ങൾ ഉൾ
ക്കൊള്ളാൻ കഴിയുകയുള്ളൂ. ഐൻസ്റ്റൈനെപ്പോലുള്ള ചില മഹാപ്രതി
ഭാശാലികൾപോലും ഇവ ഉൾക്കൊള്ളാൻ വിമുഖരായിരുന്നു.

ദ്രവ്യതരംഗങ്ങളെപ്പറ്റി നാം നേരത്തെ കണ്ടുവല്ലോ. ക്ലാസ്സിക്കൽ
ബലതന്ത്രത്തിൽ തരംഗങ്ങൾ (waves) ആണ് വിവരണ വിഷയമായിട്ടു
ള്ളത്. ബിന്ദുസമാനമായ കണത്തിന് സ്പേസിൽ കൃത്യമായ ഒരു സ്ഥാ
നം കൽപ്പിക്കാവുന്നതാണ്. എന്നാൽ, അനന്തമായ വ്യാപനശേഷിയുള്ള
തരംഗം എങ്ങനെയാണ് അത്തരമൊരു കണത്തെ പ്രതിനിധാനം ചെ
യ്യുന്നത്? ഒരു തരംഗത്തിനുപകരം നിരവധി തരംഗങ്ങൾ ഒന്നിനുമേൽ
ഒന്നായി കൂടിചേർന്ന് ഒരു തരംഗപാക്കറ്റ് (Wave packet) രൂപപ്പെടുന്ന
തായാൽ അതിനെ ഏകദേശമായി ഒരു കണമായി കണക്കാക്കാം. ഇത്
തികച്ചും ബിന്ദുസമാനമായ ഒരു വസ്തു അല്ലെന്നത് ശരിതന്നെ.

ഒരു ബിന്ദുവിൽ സ്ഥിതിചെയ്യുന്ന കണം എന്ന സങ്കൽപ്പം ബലത
ന്ത്രത്തിലില്ല. കണത്തിന്റെ ഗുണധർമങ്ങളെല്ലാം സംഭാവ്യത (probabil-
ity) യുടെ അടിസ്ഥാനത്തിലാണ് വിവരിക്കുന്നത്. ക്ലാസ്സിക്കൽ വിവരണ
ത്തിൽ ഒരു കണം A എന്ന ബിന്ദുവിൽ സ്ഥിതി ചെയ്യുന്നുവെന്നോ ഇല്ലെ
ന്നോ പറയുമ്പോൾ, ക്വാണ്ടം ബലതന്ത്രമനുസരിച്ചുള്ള വിവരണത്തിൽ
അത് A എന്ന ബിന്ദുവിൽ ഉണ്ടായിരിക്കാനുള്ള സംഭാവ്യത എത്ര എന്നേ
സൂചിപ്പിക്കുന്നുള്ളൂ. സംഭാവ്യത 1 ആണെങ്കിൽ, അഥവാ 100 ശതമാനം
ആണെങ്കിൽ തീർച്ചയായും അവിടെ കാണുമെന്നും, 90 ശതമാനമാണെ
ങ്കിൽ കാണാനുള്ള സാധ്യത താരതമ്യേന കൂടുതലാണെന്നും 5 ശത
മാനമായിരുന്നാൽ പ്രസ്തുത സാധ്യത തീരെ കുറവാണെന്നും മനസ്സി
ലാക്കണം. സംഭാവ്യത പൂജ്യം (Zero) ആയിരുന്നാൽ വസ്തു അവിടെ
ഇല്ലെന്ന് ഉറപ്പാക്കാം. മറ്റ് ഗുണധർമങ്ങളെപ്പറ്റിയുള്ള പരാമർശവും
ഇതേപോലെ ആയിരിക്കും. ഒരു കണത്തിന് അതിന്റെ ഒരു പ്രത്യേക
അവസ്ഥയിൽ ഊർജ്ജം 15 eV ആണെന്നിരിക്കട്ടെ. ക്വാണ്ടം ബലതന്ത്ര
ത്തിൽ അതേപ്പറ്റി പരാമർശിക്കുന്നത് കണത്തിന്റെ ഊർജ്ജം 15 eV
ആയിരിക്കാനുള്ള സംഭാവ്യത എത്ര ആയിരിക്കുമെന്നാണ്.

ഇലക്ട്രോണിന് തരംഗസ്വഭാവവും കണസ്വഭാവവും ഉണ്ടെന്ന്
കണ്ടുവല്ലോ. ഇലക്ട്രോണിന്റെ കണപ്രകൃതി തരംഗഫലനം $\psi(\vec{J}, t)$

യിൽനിന്ന് പ്രകടമാക്കാം. $\vec{J}$ ന് പരിധി നിർദേശിക്കപ്പെട്ടിട്ടില്ലാത്തതിനാൽ തരംഗഫലനം വിസ്തൃതമായ സ്പേസിൽ എവിടെവരെയും വ്യാപിക്കാ മല്ലോ. ഇതിനർഥം ഇലക്ട്രോൺ പ്രസ്തുത സ്പേസിൽ വ്യാപൃതമാ ണെന്നല്ല. ഒരു ബിന്ദുവിൽ ഇലക്ട്രോണിനെ ദർശിക്കാൻ ഉപകരണം സജ്ജമാക്കിയാൽ ഒന്നുകിൽ അതിനെ അവിടെ മുഴുവനായും കാണാം, അല്ലെങ്കിൽ കാണാൻ കഴിയുകയേ ഇല്ല. പക്ഷേ, എവിടെ ആയിരിക്കും ഇലക്ട്രോൺ സ്ഥിതി ചെയ്യുന്നത്? എവിടൊക്കെ ψ ($\vec{J}$,t) പൂജ്യത്തിൽ നിന്ന് വിഭിന്നമായിരിക്കുന്നുവോ [ψ ($\vec{J}$ t)$\neq$0] അവിടൊക്കെ തീർച്ചയായും അതിനെ കാണാനുള്ള ഒരു സംഭാവ്യത ഉണ്ട്.

5.3 സംകാരകങ്ങളും പ്രതീക്ഷിത മൂല്യങ്ങളും

തരംഗഫലനത്തിന്റെ സംഭാവ്യതാ വ്യാഖ്യാനത്തിന്റെ അടിസ്ഥാനത്തിൽ ഭൗതികരാശികളുടെ പ്രതീക്ഷിത മൂല്യം (Expectation value) കണ്ടു പിടിക്കാനുള്ള മാർഗം നിർദേശിക്കപ്പെട്ടിട്ടുണ്ട്. അളന്നു തിട്ടപ്പെടുത്താ നുള്ള പരീക്ഷണങ്ങൾ നിരവധിതവണ ആവർത്തിച്ചാൽ കിട്ടുന്ന അളവുകളുടെ ശരാശരി മൂല്യത്തെ പ്രതിനിധാനം ചെയ്യുന്നതാണ് പ്രതീ ക്ഷിത മൂല്യം. ഒരോ ഭൗതികരാശിക്കും സമാനമായ ഒരു സംകാരകം (operator) ക്വാണ്ടം ബലതന്ത്രത്തിൽ നിർവചിക്കപ്പെട്ടിട്ടുണ്ട്. ഒരു ഭൗതികരാശിയുടെ സംകാരകം A ആണെന്നിരിക്കട്ടെ. പ്രസ്തുത ഭൗതികരാശിയുടെ പ്രതീക്ഷിത മൂല്യം $<A>$ താഴെ കാണും പ്രകാരം നിർവചിക്കപ്പെട്ടിരിക്കുന്നു.

$$<A> = \int \psi^* A \psi \, d\vec{J} \qquad\qquad (1)$$

ഇവിടെ ψ എന്നത് ബന്ധപ്പെട്ട വ്യൂഹത്തിന്റെ അവസ്ഥയെ സൂചിപ്പി ക്കുന്ന തരംഗഫലനമാണ്. ഇത് സാമാന്യേന ഒരു 'കോംപ്ലക്സ്' ഫലനം (complex function) ആയിരിക്കും. അതിന്റെ കോംജുഗേറ്റ്' (conjugate) ഫലനമാണ് ψ^* ഉദാഹരണത്തിന്,

$$\psi = a.\, e^{\,i\,(kr-wt)} \qquad\qquad (2)$$

ആണെങ്കിൽ

$$\psi^* = a\, e^{\,-i\,(kr-wt)} \qquad\qquad (3)$$

സംകാരകം A-യുടെ ക്വാണ്ടം ബലതന്ത്രീയ രൂപവും, വ്യൂഹത്തിന്റെ അവസ്ഥാഫലനം ψ- ഉം അറിഞ്ഞാൽ (1) നെ ലഘൂകരിക്കാൻ കഴിയും.

സ്ഥാനം (position), സംവേഗം (momentum), ഊർജ്ജം (energy) എന്നിവയുടെ സംകാരക രൂപങ്ങൾ ഇപ്രകാരമാണ്,

$$\text{സ്ഥാനം } r \equiv r\,(x,\, y,\, z) \qquad\qquad (4)$$

$$\text{സംവേഗം } P \equiv -\,i\,\frac{h}{2\pi} \cdot \frac{\partial}{\partial \vec{J}} \qquad\qquad (5)$$

$$\text{ഊർജ്ജം } E \equiv i\,\frac{h}{2\pi} \cdot \frac{\partial}{\partial t} \qquad\qquad (6)$$

സ്ഥാനത്തിനെന്നപോലെ സ്ഥാനികോർജ്ജത്തിനും സംകാരക രൂപം വ്യത്യസ്തമല്ല, അതിന്റെ ക്ലാസ്സിക്കൽ രൂപം തന്നെയാണ്.

സ്ഥാനികോർജ്ജം $V \equiv V(x, y, z)$ ⎯⎯⎯⎯⎯⎯⎯ (7)

ഗതികോർജ്ജം $T \equiv \dfrac{p^2}{2m} = -\dfrac{h^2}{8\pi^2 m} \cdot \dfrac{\partial}{\partial J^2}$ ⎯⎯⎯ (8)

$\qquad\qquad = -\dfrac{h^2}{8\pi^2 m} \nabla^2$ ⎯⎯⎯⎯⎯⎯ (9)

ഇവിടെ $\nabla^2 \equiv \dfrac{\partial^2}{\partial x^2} + \dfrac{\partial^2}{\partial y^2} + \dfrac{\partial^2}{\partial z^2}$ ⎯⎯⎯ (10)

ഹാമിൽടോണിയൻ സംകാരകം (Hamiltonian operator) ഗതി കോർജ്ജസംകാരകം T-യുടെയും, സ്ഥാനികോർജ്ജസംകാരകം V-യു ടെയും തുകയാണ്.

അതായത്, $H = T + V \equiv -\dfrac{h^2}{8\pi^2 m} \nabla^2 + V$ ⎯⎯⎯ (11)

ക്ലാസ്സിക്കൽ ഭൗതികത്തിൽ സാധാരണ പ്രയോഗത്തിലുള്ള ഭൗതിക രാശികളും അവയ്ക്ക് സമാനമായ ക്വാണ്ടം ബലതന്ത്രീയ സംകാര ങ്ങളും താഴെ കാണുന്ന പട്ടികയിൽ കൊടുത്തിരിക്കുന്നു.

ക്ലാസ്സിക്കൽ ബലതന്ത്രത്തിലെ ഭൗതിക രാശികൾ	ക്വാണ്ടം ബലതന്ത്രത്തിലെ സംകാരങ്ങൾ
സ്ഥാനം x	x
സ്ഥാനം J	J
സംവേഗം p	$-\dfrac{ih}{2\pi}\nabla$
ഊർജ്ജം E	$\dfrac{h}{2\pi}\dfrac{\partial}{\partial t}$
സ്ഥാനികോർജ്ജം $V(J)$	$V(J)$
ഗതികോർജ്ജം T	$-\dfrac{h^2}{8\pi^2 m}\nabla^2$
ഹാമിൽടോണിയൻ H (ആകെ ഊർജ്ജം) (T+V)	$-\dfrac{h^2}{8\pi^2 m}\nabla^2 + v(J)$

പട്ടിക : ഭൗതിക രാശികളും സമാനമായ സംകാരകങ്ങളും (Physical Quantities and the corresponding Operators)

5.4 ഷ്റോഡിംഗർ സമീകരണം

പല ക്വാണ്ടം വ്യൂഹങ്ങളുടെയും സ്വഭാവ വിശേഷങ്ങൾ പഠിക്കുന്ന

തിന് അവയുടെ ഷ്രോഡിംഗർ സമീകരണം (Schordinger equation) നിർധാരണം ചെയ്യേണ്ടതുണ്ട്. ഇതൊരു അവകലനസമീകരണം (Differential equation) ആണ്. അതിന്റെ ഏറ്റവും സാമാന്യമായ രൂപം (general form) ഇതാണ്.

$$H\psi = E\psi$$

വ്യൂഹത്തിന്റെ അവസ്ഥയെ ഉൾക്കൊള്ളുന്ന തരംഗഫലനമാണ് ψ H-ഹാമിൽടോണിയൻ സംകാരകവും E-വ്യൂഹത്തിന്റെ ഊർജ്ജവും ആകുന്നു.

$$H = T+V$$
$$= -\frac{h^2}{8\pi^2 m}\nabla^2 + V$$

അതിനാൽ, $\quad -\frac{h^2}{8\pi^2 m}\nabla^2\psi + V\psi = E\psi$

ഇതിനെ ഷ്രോഡിംഗറിന്റെ സമയനിരപേക്ഷമായ (time independent) സമീകരണമെന്നു പറയുന്നു. സമയത്തിനനുസരിച്ച് മാറ്റം സംഭ വിക്കാത്ത ഗുണധർമങ്ങളുടെ പഠനത്തിന് ഈ സമീകരണം ഉപയുക്ത മാണ്. ഉദാഹരണത്തിന്, ആറ്റത്തിന്റെ ഊർജ്ജനിലകൾ. ആറ്റത്തിലെ ഇലക്ട്രോൺ ഭ്രമണപഥങ്ങൾക്ക് സ്ഥിരമായ ഊർജ്ജമൂല്യമാണല്ലോ ഉള്ളത്.

എന്നാൽ, കാലാനുസൃതം മാറ്റം സംഭവിക്കുന്ന ക്വാണ്ടം ബല തന്ത്രീയ പ്രതിഭാസങ്ങളുണ്ട്. അവയുടെ പഠനത്തിന് സമയാപേ ക്ഷിതമായ (time dependent) ഷ്രോഡിംഗർ സമീകരമാണ് വേണ്ടത്. അത് ലഭിക്കുന്നതിന് സമീകരണം (2)ൽ E യുടെ സ്ഥാനത്ത് അതിന്റെ സംകാരകരൂപം $E = \frac{ih}{2\pi}\frac{\partial}{\partial t}$ എന്ന് ചേർക്കണം. അങ്ങനെ കിട്ടുന്ന സമീകരണമാണ് സമയാപേക്ഷിതമായ ഷ്രോഡിംഗർ സമീകരണം (time dependent Schrodinger equation).

$$-\frac{h^2}{8\pi^2 m}\nabla^2\psi + V\psi = \frac{ih}{2\pi}\frac{\partial\psi}{\partial t}$$

പല സമീകരണങ്ങളിലും $(h/2\pi)$ ആവർത്തിച്ച് വരുന്നതുകൊണ്ട് സൗകര്യാർഥം അതിന്റെ സ്ഥാനത്ത് $\hbar$ എന്ന് എഴുതാറുണ്ട്. ഈ സങ്കേതമവലംബിച്ചാൽ സമയനിരപേക്ഷ ഷ്രോഡിംഗർ സമീകരണം

$$-\frac{\hbar^2}{2m}\nabla^2\psi + V\psi = i\hbar\frac{\partial\psi}{\partial t}$$

എന്നെഴുതാം. ഇവിടെ V പൊട്ടൻഷ്യൻ ഊർജവും E ആകെ ഊർജവുമാണ്. m വ്യൂഹത്തിന്റെ ദ്രവ്യമാനവും ψ അതിന്റെ അവസ്ഥാ ഫലനവുമാകുന്നു.

5.5 ഐഗൻ മൂല്യങ്ങളും ഐഗൻ ഫലനങ്ങളും

ഷ്രോഡിംഗർ സമീകരണം അതിന്റെ സാമാന്യരൂപത്തിൽ

$$H\psi = E\psi$$

എന്ന് എഴുതാമെന്ന് കണ്ടുവല്ലോ. ഇത്തരം സമീകരണത്തെ ഗണിത ശാസ്ത്രത്തിൽ ഐഗൻമൂല്യ സമീകരണമെന്നാണ് പറയുന്നത്. അതിനാൽ ഷ്രോഡിംഗർ സമീകരണം ഒരു ഐഗൻമൂല്യ സമീകരണം ആയി കണക്കാക്കാം. അങ്ങനെ കണക്കാക്കുന്നതായാൽ ഊർജ്ജം E ഹാമിൽടോണിയൻ സംകാരകം H ന്റെ ഐഗൻമൂല്യവും (Eigen value) തരംഗഫലനം ψ, H ന്റെ ഐഗൻ ഫലനവും (Eigen function) ആകും. ഷ്രോഡിംഗർ സമീകരണം നിർധാരണം ചെയ്യുമ്പോൾ ഒന്നിലധികം ഊർജ്ജമൂല്യങ്ങൾ $E_n (n = 1, 2, 3.....)$ കിട്ടിയാൽ ഓരോ ഐഗൻമൂല്യത്തി നും സമാനമായി ഓരോ ഐഗൻ ഫലനവും ലഭിക്കും. ഇങ്ങനെ കിട്ടുന്ന ഫലനങ്ങൾ ഓർത്തോഗണൽ (Orthogonal) ആയിരിക്കും. അതായത്, അവ പരസ്പരാശ്രയത്വമില്ലാത്ത സ്വതന്ത്ര ഫലനങ്ങളായിരിക്കും ψ_m, ψ_n എന്നിവ ഒരു വ്യൂഹത്തിന്റെ m, n എന്ന് രണ്ട് അവസ്ഥകളെ സൂചിപ്പി ക്കുന്ന ഫലനങ്ങളാണെങ്കിൽ അവ താഴെപ്പറയുന്ന വ്യവസ്ഥ പാലി ക്കുന്നതാണ്:

$$\int \psi_m^* \psi_n \, d\tau = 0$$

ഇവിടെ τ വ്യാപ്തത്തെ സൂചിപ്പിക്കുന്നു. കൂടാതെ,

$$\int \psi_m^* \psi_n \, d\tau$$

തന്റെ മൂല്യം സീമി (finite) ആയിരിക്കണം. ψ_m^* എന്നത്, ψ_m എന്ന 'കോംപ്ലക്സ്' (complex) ഫലനത്തിന്റെ 'കോൻജുഗേറ്റ്' (conjugate) ആണ് [ഉദാഹരണത്തിന് e^{ix} എന്നതിന്റെ കോൻജുഗേറ്റ് ആണ് e^{-ix}; $i = \sqrt{-1}$]

കുറിപ്പ്: $\psi^*\psi$ എന്നതിന് സംഭാവ്യതാഘനത്വം (Probality density) എന്നാണ് വ്യാഖ്യാനം. അതിനാൽ $\psi^*\psi d\tau$ എന്നാൽ ബന്ധപ്പെട്ട വ്യൂഹത്തെ $d\tau$ എന്ന വ്യാപ്തശകലത്തിൽ കണ്ടെത്താനുള്ള സംഭാ വ്യതയായി കണക്കാക്കാം. വ്യൂഹം സ്പേസിൽ എവിടെയെങ്കിലും നിർ ബന്ധമായും ഉണ്ടായിരിക്കണമെന്നുള്ളതുകൊണ്ട് $\int \psi^* \psi_n \, d\tau = 1$ ആയിരിക്കണമെന്ന് സ്പഷ്ടമാണല്ലോ. ഒരു ഫലനം ψ, ഒരു ക്വാണ്ടം വ്യൂഹത്തിന്റെ അവസ്ഥാഫലനം ആയിരിക്കുന്നതിന് അവശ്യം പാലി ക്കേണ്ട വ്യവസ്ഥയാണിത്. ഈ വ്യവസ്ഥയെ 'നോർമലൈസേഷൻ' വ്യവസ്ഥ (Normalisation condition) എന്നാണ് പറയുന്നത്. ഈ വ്യവസ്ഥ പാലിക്കാത്ത ഫലനം അവസ്ഥാഫലനം (State function) എന്ന നിലയിൽ സ്വീകാര്യമല്ല. അനുയോജ്യമായ ഒരു സ്ഥിരരാശികൊണ്ട് ഗുണിച്ച് അതിനെ നിർദിഷ്ട വ്യവസ്ഥയ്ക്ക് വിധേയമാക്കാം. ഇത് നോർമലീകരണ (normalisation) പ്രക്രിയ എന്നറിയപ്പെടുന്നു.

ψ നോർമലീകൃതം (normalised) അല്ലെന്നിരിക്കട്ടെ. അതിനാൽ $\int \psi^* \psi_n \, d\tau = a$ എന്ന് കിട്ടുന്നു എന്നും വിചാരിക്കുക. ψ യെ നോർമലീക

രിക്കുന്നതിന് N കൊണ്ട് ഗുണിക്കുക.

ഇപ്പോൾ, $\int (N \psi^*) (N\psi)\, d\tau = 1$

അതായത്, $N^2. \int \psi^*\psi\, d\tau = N^2.a = 1 \Rightarrow N = \dfrac{1}{\sqrt{a}}$

ψ യെ നോർമലീകരിക്കുന്നതിന്, അതിനെ $\dfrac{1}{\sqrt{a}}$ കൊണ്ട് ഗുണി ക്കണം.

നോബൽ സമ്മാനം

സ്വീഡിഷ് രസതന്ത്രജ്ഞനായ ആൽഫ്രഡ് ബൺഹാഡ് നോബ ലിന്റെ പേരിൽ ഏർപ്പെടുത്തിയിട്ടുള്ളതാണ് നോബൽ സമ്മാനം. ഡൈനാമൈറ്റും മറ്റു പലയിനം സ്ഫോടക വസ്തുക്കളും കണ്ടു പിടിച്ച് ധനാഢ്യനായിത്തീർന്ന നോബൽ തന്റെ ആഗ്രഹത്തിനു വിരു ദ്ധമായി യുദ്ധാവശ്യങ്ങൾക്കും മറ്റു നശീകരണ പ്രവർത്തനങ്ങൾക്കും തന്റെ കണ്ടുപിടിത്തങ്ങൾ വ്യാപകമായി ഉപയോഗിക്കുന്നത് കണ്ട് അവസാന നാളുകളിൽ അതീവ ദുഃഖിതനായിരുന്നു. കുറ്റബോധ ത്തിൽനിന്ന് രക്ഷനേടാൻ വേണ്ടി തന്റെ സമ്പാദ്യം മുഴുവനും മനുഷ്യ വർഗത്തിന് ഏറ്റവും ഉപകാരപ്രദമായ സംഭാവനകൾ നൽകുന്നവർക്ക് സമ്മാനം നൽകാൻ ഉപയോഗിക്കണമെന്ന് തീരുമാനിച്ചു. മരിക്കു ന്നതിന് ഒരു വർഷം മുമ്പ് (1895 ൽ) സ്വയം തയാറാക്കിയ വിൽപ്പത്ര പ്രകാരം 9 ദശലക്ഷത്തോളം ഡോളർ വരുന്ന തന്റെ സ്വത്തുമുഴുവൻ ഈ ആവശ്യത്തിനായി നീക്കിവച്ചു. ഇതായിരുന്നു നോബൽ ഫൗണ്ടേഷന്റെ ആസ്തി. മരണപത്രത്തിലെ വ്യവസ്ഥപ്രകാരം ഈ ഫണ്ടിൽനിന്നുള്ള പലിശകൊണ്ടാണ് 1901 മുതൽ നോബൽ സമ്മാനങ്ങൾ നൽകി വരുന്നത്. തുടക്കത്തിൽ അഞ്ചു മേഖലകളിൽ തുല്യമായി സമ്മാനം നൽകി വന്നു. ഫിസിക്സ്, കെമിസ്ട്രി, ഫിസിയോളജി മെഡിസിൻ, സാഹിത്യം, സമാധാനപ്രവർത്തനങ്ങൾ. 1969 മുതൽ ധനതത്വശാസ്ത്രത്തിനും സമ്മാനം നൽകി വരുന്നു. ഫിസിക്സിനും കെമിസ്ട്രിക്കും റോയൽ അക്കാദമി ഓഫ് സയൻ സും, ഫിസിയോളജി അഥവാ മെഡിസിൻ സ്റ്റോക്ഹോമിലെ കരോളിൻസ്കാ ഇൻസ്റ്റിറ്റ്യൂട്ടും, സാഹിത്യത്തിന് സ്റ്റോക്ക് ഹോമിലെ റോയൽ സ്വീഡിഷ് അക്കാദമിയും, സമാധാനത്തിന് നോർവീജിയൻ പാർലമെന്റ് നിർദേശിക്കുന്ന അഞ്ചംഗ സമിതിയും ആണ് സമ്മാനാർ ഹരായവരെ തെരഞ്ഞെടുക്കുന്നത്. നോബലിന്റെ ചരമദിനത്തിലാണ് (ഡിസംബർ 10) സമ്മാനങ്ങൾ നൽകുന്നത്. സമാധാനത്തിനുള്ള സമ്മാനങ്ങൾ വ്യക്തികൾക്കോ സ്ഥാപനങ്ങൾക്കോ നൽകാമെന്നാണ് വ്യവസ്ഥ. എന്നാൽ, മറ്റു വിഷയങ്ങൾക്കുള്ളവ വ്യക്തികൾക്കുമാത്രമേ നൽകാവൂ. ചിലപ്പോൾ രണ്ടോ അതിലധികമോ ആളുകൾക്ക് സമ്മാനത്തുക വീതിച്ച് നൽകാറുണ്ട്.

5.6. ഷ്രോഡിംഗർ (Schrodinger)

ഷ്രോഡിംഗർ

എർവിൻ അലക്സാണ്ടർ ഷ്രോ ഡിംഗർ ആസ്ട്രിയക്കാരനായ സൈ ദ്ധാന്തിക ഭൗകികജ്ഞനായിരുന്നു. ക്വാണ്ടം ബലതന്ത്രത്തിന്റെ പുരോ ഗതിക്ക് മൗലികമായ സംഭാവനകൾ നൽകി പ്രശസ്തനായി. സുപ്രസി ദ്ധമായ 'ഷ്രോഡിംഗർ സമീകരണം (Schrodinger Equation) ആണ് പ്രശ സ്തിക്കു നിദാനമായ മുഖ്യ സംഭാവന. അതിന്റെ പേരിൽ 1933 ൽ അദ്ദേഹ ത്തിന് നോബൽ സമ്മാനം ലഭിച്ചു.

1887 ആഗസ്ത് 12 ന് വിയന്ന (ആസ്ട്രിയ) യിൽ ആണ് ഷ്രോഡിം ഗർ ജനിച്ചത്. യൂണിവേഴ്സിറ്റി ഓഫ് വിയന്നയിൽനിന്ന് ഉന്നത വിദ്യാഭ്യാസം നേടി. സൂറിച്ച് (Zurich) ബെർലിൻ (Berlin) ഓക്സ്ഫോർഡ് (Oxford) തുടങ്ങിയ സർവകലാശാലകളിലും, ഡബ്ലിൻ 'ഇൻസ്റ്റിറ്റ്യൂട്ട് ഓഫ് അഡ്വാൻസ്ഡ് സ്റ്റഡീസി' ലും പ്രവർത്തിച്ചു. ലിനസ് പോളിങ് (Linus Pauling) ഫെലിക്സ് ബ്ലോക്ക് (Felix Bloch) എന്നീ പ്രശസ്തരായ ശാസ്ത്രജ്ഞർ ഷ്രോഡിംഗറിന്റെ ശിഷ്യന്മാർ ആയിരുന്നു.

പ്രധാനപ്പെട്ട കൃതികൾ ഇവയാണ് :

1. *വേവ് മെക്കാനിക്സുമായി ബന്ധപ്പെട്ട ഗവേഷണ പഠനങ്ങളുടെ പ്രബന്ധ സമാഹാരം.* ഈ കൃതിയിലാണ് 'വേവ് മെക്കാനിക്സി'ന് അടിത്തറ പാകിയ പ്രബന്ധങ്ങൾ ഉൾക്കൊള്ളിച്ചിട്ടുള്ളത്. മെട്രിക്സ് മെക്കാനിക്സിന്റെയും വേവ്മെക്കാനിക്സിന്റെയും സമാനത ഈ കൃതിയിൽ സ്ഥാപിച്ചിട്ടുണ്ട്.

2. *എന്താണ് ജീവൻ? (What is life?)* 1967. 1958 ൽ പ്രസിദ്ധീകരിച്ച *മൈൻഡ് & മാറ്റർ (Mind and Matter)* എന്ന പുസ്തകവും ഇതിൽ ചേർത്തിട്ടുണ്ട്. 'ജനറ്റിക് എഞ്ചിനീയറിംഗും ക്വാണ്ടം മെക്കാനി ക്സും തമ്മിലുള്ള അടുത്ത ബന്ധം ഈ കൃതിയിൽനിന്നും മനസിലാക്കാം.

3. *ശാസ്ത്രം, സിദ്ധാന്തം, മനുഷ്യൻ (Science, Theory and Man)* ഷ്രോഡിംഗർ തന്റെ 'നോബൽ' പ്രഭാഷണം ഇതിലാണ് കൊടുത്തി ട്ടുള്ളത്.

4. *വേവ് മെക്കാനിക്സ് സംബന്ധമായ കത്തുകൾ.* ഐൻസ്റ്റൈൻ, പ്ലാങ്ക്, ലോറൻട്സ് (Lorenz) തുടങ്ങിയവരുമായി നടത്തിയ കത്തിടപാടുകൾ ആണ് ഈ കൃതിയുടെ ഉള്ളടക്കം.

ഷ്രോഡിംഗർ തന്റെ പുതിയ ക്വാണ്ടം സിദ്ധാന്തം (വേവ് മെക്കാനി ക്സ്) പ്രസിദ്ധീകരിക്കുമ്പോൾ അദ്ദേഹത്തിന്റെ പ്രായം 39 വയസായി രുന്നു. പ്രതിഭാശാലികളായ ശാസ്ത്രജ്ഞന്മാർ തങ്ങളുടെ മഹത്തായ കണ്ടുപിടിത്തങ്ങൾകൊണ്ട് ശ്രദ്ധേയരാകുന്നത് സാധാരണയായി 20, 25 വയസ്സിനിടയിലാണ്. ഷ്രോഡിംഗറിന്റെ സംഭാവനകളുടെ പ്രാധാന്യം കണക്കിലെടുത്താൽ അസാധാരണമായ നേട്ടമാണ് അദ്ദേഹം കൈവരി ച്ചതെന്നു കാണാം.

5.7 ഷ്രോഡിംഗർ സമീപനത്തിന്റെ പോരായ്മ

ഷ്രോഡിംഗർ തന്റെ ക്വാണ്ടം ബലതന്ത്രത്തിൽ ഇലക്ട്രോൺ സ്പിൻ കണക്കിലെടുത്തില്ല എന്നത് ഒരു പോരായ്മയായി കരുതാം. പക്ഷേ, ഇതിന് ന്യായീകരണമുണ്ട്. അക്കാലത്ത് അങ്ങനൊരാശയം നിലവിലില്ലായിരുന്നു. സ്പിൻ ഒരു ആപേക്ഷികീയ (relativistic) പ്രതി ഭാസമാണ്. ഷ്രോഡിംഗർ സമീകരണമാകട്ടെ 'അനാപേക്ഷിക' വും (non relativistic). ആപേക്ഷികതയുടെ പ്രഭാവം അവഗണിക്കാവുന്ന സന്ദർഭ ങ്ങളിൽ (അതായത്, ബന്ധപ്പെട്ട വ്യൂഹത്തിന്റെ വേഗത പ്രകാശവേഗത യിൽനിന്ന് വളരെയധികം കുറവായിട്ടുള്ള സന്ദർഭങ്ങളിൽ) അനാപേ ക്ഷിക സമീകരണം മതിയാകുന്നതാണ്. ഈ സാഹചര്യത്തിൽ ഷ്രോഡിംഗർ സമീകരണം പരക്കെ അംഗീകാരം നേടുകയുണ്ടായി. ഈ മേഖലയിൽ ഗവേഷണം നടത്തിയിരുന്നവരിൽ ഭൂരിപക്ഷം പേരും ഷ്രോഡിംഗറിന്റെ സമീപനം അവലംബിക്കുന്നത് അഭികാമ്യമാണെന്നു കരുതി. ഇതിന്റെ അനഭിലക്ഷണീയമായ ഒരു പ്രത്യാഘാതം, ദശാബ്ദങ്ങ ളോളം പുതിയ മൗലികമായ ആശയങ്ങൾ ഈ വിഷയത്തെ സമ്പന്നമാ ക്കുകയുണ്ടായില്ല എന്നതാണ്.

5.8 ക്വാണ്ടം ഭൗതികത്തിന്റെ സാംഖ്യികീയ സ്വഭാവം

ക്വാണ്ടം ഭൗതികനിയമങ്ങൾ സാംഖ്യികീയ (Statistical) സ്വഭാവ ത്തിലുള്ളവയാണ്. അതിനർത്ഥം അവ ഒറ്റ കണം മാത്രമുൾക്കൊള്ളുന്ന വ്യൂഹത്തിനു ബാധകമല്ല. ഒരേ ഗുണങ്ങളുള്ള നിരവധി കണങ്ങളുടെ കൂട്ടത്തെ സംബന്ധിക്കുന്ന നിയമങ്ങളാണവ. ഒരു കണത്തെ വേർതിരിച്ച് പരീക്ഷണത്തിനു വിധേയമാക്കി ഈ നിയമങ്ങളുടെ സാധുത സ്ഥാപി ക്കാൻ കഴിയുകയില്ലെന്നു സാരം.

സ്വാഭാവിക റേഡിയോ ആക്ടീവത (natural radioactivity) ക്വാണ്ടം ഭൗതികനിയമങ്ങൾ ഉപയോഗിച്ച് വിശകലനം ചെയ്യാവുന്ന വിഷയമാണ്. ഉദാഹരണത്തിലൂടെ ഇത് വ്യക്തമാക്കാം. 1600 വർഷങ്ങൾകൊണ്ട് റേഡിയത്തിന്റെ ഒരു നിശ്ചിത അളവ് സാമ്പിൾ റേഡിയോ ആക്ടീവ് വിഘടനം (disintegration) വഴി പകുതി ആയിത്തീരുമെന്ന് നമുക്കറിയാം.

അതുപോലെ തന്നെ, അടുത്ത അരമണിക്കൂറിനുള്ളിൽ ഏകദേശം എത്ര ആറ്റങ്ങൾക്ക് വിഘടനം സംഭവിക്കുമെന്ന് നമുക്ക് പ്രവചിക്കാൻ കഴിയും. എന്നാൽ ഏതേത് ആറ്റങ്ങൾക്കാണ് വിഘടനം സംഭവിക്കുന്നതെന്ന് പറയാൻ കഴിയില്ല.

ഇതേ ആശയം വ്യക്തമാക്കാൻ ഐൻസ്റ്റൈൻ മറ്റൊരുദാഹരണം നൽകുന്നുണ്ട്: ഒരു നഗരത്തിൽ 25 വയസ്സിനുമേൽ പ്രായമുള്ള എത്ര സ്ത്രീ പുരുഷന്മാർ ഉണ്ടെന്നറിയണമെങ്കിൽ അതെങ്ങനെ സാധിക്കും? "സ്ത്രീ," "പുരുഷൻ," "പ്രായം" എന്നീ വിവരങ്ങൾ രേഖപ്പെടുത്താൻ ആവശ്യപ്പെടുന്ന ഒരു ചോദ്യാവലി തയാറാക്കി ഓരോരുത്തരിൽനിന്നും എഴുതി വാങ്ങണം. എന്നിട്ട് എല്ലാ ഉത്തരങ്ങളും പരിശോധിച്ച് നിഗമന ത്തിലെത്തണം. ആളുകളുടെ പേരും മറ്റു വിവരങ്ങളും ഇവിടെ പ്രസ ക്തമല്ല. ഇവിടെ ഒരു സാംഖ്യികീയ രീതിയാണ് അവലംബിക്കുന്നത്.

ക്വാണ്ടം ഫിസിക്സിൽ ഒരു ഇലക്ട്രോണിന്റെ കൃത്യമായ സ്ഥാന വും വേഗതയും അപ്രസക്തമാണ്. നിരവധിതവണ അളന്നുകിട്ടുന്ന 'ഡേറ്റാ' (data)കളുടെ ശരാശരി ആണ് പ്രസക്തമായിട്ടുള്ളത്. അതിനാൽ ഒരു കണത്തെ ഒരു പ്രത്യേക സ്ഥാനത്ത് ഒരു പ്രത്യേക സമയത്ത് കാണുന്നതിനുള്ള "സംഭാവ്യത" ആണ് പരിഗണിക്കുന്നത്.

5.9 ഹൈസൻബെർഗിന്റെ അനിശ്ചിതത്വ തത്വം.

ക്വാണ്ടം ബലതന്ത്രത്തിലെ മർമപ്രധാനമായ ഒരു ആശയമാണ് അനിശ്ചിതത്വ തത്വം (Uncertainty Principle).

"ഒരു കണത്തിന്റെ സ്ഥാനം, സംവേഗം എന്നിവ പരമാവധി കൃത്യത യോടെ ഒരേ സമയം അളന്ന് തിട്ടപ്പെടുത്താൻ സാധ്യമല്ല." സ്ഥാനം എത്രത്തോളം കൃത്യതയോടെ നിർണയിക്കുന്നുവോ, അത്രത്തോളം അനിശ്ചിതമായിരിക്കും സംവേഗത്തിന്റെ നിർണയനം. അതായത്, എത്ര മാത്രം വർധിച്ച കൃത്യത (precision) ഒരു കണത്തിന്റെ സ്ഥാനനിർണയ ത്തിൽ ലഭിക്കുമോ, അത്രയും കുറഞ്ഞ കൃത്യത മാത്രമേ അതിന്റെ വേഗത അഥവാ സംവേഗം നിർണയിക്കുന്നതിൽ ലഭ്യമാകൂ. അതുപോ ലെതന്നെ നേരെമറിച്ചും. അതീവ കൃത്യത സംവേഗം നിർണയിക്കുന്ന തിൽ ലഭിക്കുമെങ്കിൽ, സ്ഥാനനിർണയത്തിൽ അങ്ങേയറ്റം കൃത്യതയില്ലാ യ്മ ഉണ്ടാകും.

ഇത് നിരീക്ഷകന്റെ അനവധാനതകൊണ്ടോ, നിരീക്ഷണോപാധി യുടെ പരിമിതികൊണ്ടോ സംഭവിക്കുന്നതല്ല. നിരീക്ഷകൻ തന്റെ പ്രവൃത്തിയിൽ എത്രതന്നെ പ്രാഗത്ഭ്യം നേടിയിട്ടുള്ള ആൾ ആയിരുന്നാ ലും, അയാൾ ഉപയോഗിക്കുന്ന ഉപകരണം എത്ര തന്നെ കുറ്റമറ്റതായിരു ന്നാലും അളവിലെ ഈ അനിശ്ചിതത്വം (uncertainty) ഒഴിവാക്കാനാവില്ല. സൈദ്ധാന്തികമായിത്തന്നെ ഒഴിവാക്കാനാവാത്ത ഒരു പ്രതിഭാസമാ ണിത്. ഇതുമായി ബന്ധപ്പെട്ട ഒരു ഫോർമുല ഹൈസൻബെർഗ് കണ്ടെ ത്തിയിട്ടുണ്ട്.

സ്ഥാനനിർണയത്തിലും സംവേഗ നിർണയത്തിലും ഉണ്ടാകാവുന്ന ഏറ്റവും കുറഞ്ഞ അനിശ്ചിതത്വം യഥാക്രമം Δx, Δp ആണെങ്കിൽ

$$\Delta x. \, \Delta p \geq വ \, / \, 2\pi$$

അതായത്, Δx, Δp എന്നീ അനിശ്ചിതത്വങ്ങളുടെ ഗുണനഫലം ഒരിക്കലും $h/2\pi$ ൽ കുറയുകയില്ല.

(സ്ഥാനം, സംവേഗം) എന്നിവപോലെ (ഊർജ്ജം, സമയം) [കോൺ (angle), കോണീയ സംവേഗം (angular momentum)] എന്നിവയും അനിശ്ചിതത്വ തത്വം അനുസരിക്കുന്ന ഭൗതിക രാശികളാണ്.

$$\Delta E. \, \Delta t \geq h \, / \, 2\pi$$

$$\Delta \theta. \, \Delta L \geq h \, / \, 2\pi$$

ഇവിടെ E= ഊർജ്ജം, t=സമയം, θ=കോൺ, L= കോണീയ സംവേഗം. ഇവയുടെ അളവുകളിൽ സംഭവിക്കാവുന്ന അനിശ്ചിതത്വങ്ങൾ (uncertainties) ആണ് യഥാക്രമം ΔE, Δt, $\Delta\theta$, ΔL എന്നിവ.

ദൈവം പകിട കളിക്കാരനോ?

അനിശ്ചിതത്വ തത്വത്തിലും സംഭാവ്യതയിലും അധിഷ്ഠിത മായ ക്വാണ്ടംബലതന്ത്രം പഠിക്കുന്നവർക്ക് ദൈവം പകിട കളിക്കാരനാണെന്ന് തോന്നാവുന്നതാണ്. എന്നാൽ ദൈവം മനു ഷ്യനുമായി പകിട കളിക്കുമെന്ന് ഞാൻ വിശ്വസിക്കുന്നില്ല.
– ആൽബെർട്ട് ഐൻസ്റ്റൈൻ

5.10 നീൽസ് ബോറും കോപ്പൻ ഹേഗനും

ലോകപ്രസിദ്ധനായ ഡാനിഷ് ഭൗതികശാസ്ത്രജ്ഞൻ നീൽസ് ബോറി (Niels Bohr) നുവേണ്ടി ഡെൻമാർക്കിന്റെ തലസ്ഥാനമായ കോപ്പൻഹേഗനിൽ ഡാനിഷ് ഗവണ്മന്റ് സ്ഥാപിച്ച ഗവേഷണ സ്ഥാപ നമാണ് 'ബോർ ഇൻസ്റ്റിറ്റ്യൂട്' (Bohr Institute). സൈദ്ധാന്തിക ഭൗതി കത്തിന്റെ ഗുരുവിൽനിന്നും പഠിക്കാനായി പോസ്റ്റ് ഡോക്ടറൽ പരി ശീലനത്തിന് പല സർവകലാശാലകളിൽനിന്നും ഗവേഷക വിദ്യാർ ഥികൾ ഇവിടെ എത്തിയിരുന്നു. മാത്രമല്ല, ലോകത്തിന്റെ നാനാഭാഗങ്ങ ളിൽനിന്നും പ്രശസ്തരായ ശാസ്ത്രജ്ഞരും ഇടയ്ക്കിടെ ഇൻസ്റ്റിറ്റ്യൂട് സന്ദർശിക്കുക പതിവായിരുന്നു. സെമിനാറുകൾ നടക്കുമ്പോൾ മുൻ നിരയിലെ വലത്തെ അറ്റത്തെ സീറ്റിൽ മറ്റാരും ഇരിക്കാൻ ധൈര്യപ്പെ ട്ടിരുന്നില്ല; അത് നീൽസ് ബോറിന്റെ സ്ഥിരം സ്ഥാനമായിരുന്നു.

പരസ്പരമുള്ള അനൗദ്യോഗിക ചർച്ചകൾക്കും ആശയവിനിമയ ത്തിനുംവേണ്ട അവസരമായിരുന്നു ഉച്ചഭക്ഷണസമയം. അത്തരമൊര വസരത്തിൽ ഒരിക്കൽ ഒരു സന്ദർശകൻ ബോറിനോട് ഇങ്ങനെ പറഞ്ഞു വത്രെ: "താങ്കളുടെ ഇൻസ്റ്റിറ്റ്യൂട്ടിൽ ആരും ഒരു കാര്യവും ഗൗരവമായിട്ടെ ടുക്കാറില്ലെന്നു തോന്നുന്നു." ബോറിന്റെ മറുപടി ഇതായിരുന്നു: "അതു ശരിയാണ്. നിങ്ങൾ ഇപ്പോൾ പറഞ്ഞ കാര്യത്തിനും അത് ബാധകമാണ്."

5.11 കോപ്പൻ ഹേഗൻ വ്യാഖ്യാനം

ഡെന്മാർക്കിന്റെ തലസ്ഥാനമാണ് കോപ്പൻഹേഗൻ (Copenhagen). ഇവിടെയാണ് 'ബോർ ഇൻസ്റ്റിറ്റ്യൂട്ടും' (Bohr Institute) നീൽസ് ബോറിന്റെ ആസ്ഥാനവും.

ക്വാണ്ടം ലോകത്തെ മനസ്സിലാക്കാൻ കണ, തരംഗചിത്രങ്ങൾ രണ്ടും അനിവാര്യമാണ്. ഇലക്ട്രോൺ കണമാണോ തരംഗമാണോ എന്നു തീർത്തുപറയാനാവില്ല എന്ന വസ്തുതയും ഇവിടെ സ്മരണീയമാണ്. ക്വാണ്ടം ഭൗതികത്തിൽ നിരീക്ഷകൻ നിരീക്ഷിക്കപ്പെടുന്ന വ്യൂഹവുമായി പ്രതിപ്രവർത്തിക്കുന്നതിനാൽ വ്യൂഹത്തിന് സ്വതന്ത്രമായ നിലനിൽപ്പ് ഇല്ലെന്നു തന്നെ പറയാം. അനിശ്ചിതത്വ തത്വം അനുസരിച്ച്, സ്ഥാനം കൃത്യമായി കണ്ടുപിടിക്കാൻ കഴിഞ്ഞാൽ സംവേഗം കൂടുതൽ അനിശ്ചിതമാകും. രണ്ടും ഒരേ സമയത്ത് കൃത്യമായി കണ്ടുപിടിക്കാനാവില്ലല്ലോ.

അതുപോലെതന്നെ ഒരു പരീക്ഷണത്തിലൂടെ കണസ്വഭാവവും തരംഗസ്വഭാവവും ഒരേ സമയം സ്ഥാപിക്കാൻ കഴിയുകയില്ല. ഈ ആശയങ്ങൾ ഉരുത്തിരിഞ്ഞുവരാനും വേരുറയ്ക്കാനും കുറേവർഷക്കാലം വേണ്ടിവന്നു. ക്വാണ്ടം സിദ്ധാന്തത്തിൽ ഇലക്ട്രോൺ പോലുള്ള ഒരു വസ്തുവിനെ നിരീക്ഷിക്കുന്ന പ്രക്രിയയിൽ അതിന്റെ അവസ്ഥയ്ക്ക് മാറ്റം സംഭവിക്കുന്നതാണ്. ഒരു ഫോട്ടോൺ ഇലക്ട്രോണിൽ തട്ടി പ്രതിഫലിച്ച് നമ്മുടെ കണ്ണിൽ പ്രവേശിക്കുന്നതിനെ തുടർന്നാണ് നാം അതിനെ കാണുന്നത്.

ക്വാണ്ടം ലോകത്തിന്റെ അടിസ്ഥാനപരമായ പ്രത്യേകതയാണിത്. അതുപോലെതന്നെ നമ്മുടെ നിരീക്ഷണത്തിലൂടെ ഇലക്ട്രോണിനെപ്പറ്റി ലഭിക്കാവുന്ന വിവരം അപൂർണമായിരിക്കുമെന്നു കണ്ടുകഴിഞ്ഞു. എന്നാൽ, നമ്മുടെ നിരീക്ഷണത്തിലല്ലാത്ത സമയത്ത് ഇലക്ട്രോൺ എന്തുചെയ്യുകയായിരുന്നു എന്നതിനെപ്പറ്റി യാതൊരു വിവരവും നമുക്കില്ല.

നമ്മൾ നിരീക്ഷിക്കുന്നതുവരെയും ഇലക്ട്രോണിനെ സംബന്ധിക്കുന്ന ഒന്നുംതന്നെ യഥാർഥമല്ല. ക്വാണ്ടം മെക്കാനിക്സിൽ താൽപ്പര്യ മുള്ളവരിലധികംപേരും അതിലെ ഗണിതീയ സമീപനവും സമവാക്യ ങ്ങളുംകൊണ്ട് തൃപ്തരാണ്, ഭൗതിക യാഥാർഥ്യം മനസ്സിലാക്കാതെ തന്നെ; ഫെയിൻമാന്റെ (Feynman)വാക്കുകൾ ശ്രദ്ധിക്കുക: "ക്വാണ്ടം ബലതന്ത്രത്തിൽ ഒരു 'സംഭവം' (event) എന്നത് പ്രാരംഭിക (initial), അന്തിമ (final) വ്യവസ്ഥകൾ മാത്രമാണ്. ഒരു ഇലക്ട്രോൺ അതിന്റെ ഉത്ഭവസ്ഥാനത്തുനിന്നും പുറപ്പെട്ട് ലക്ഷ്യസ്ഥാനത്ത് എത്തിച്ചേരുന്നത് ഒരു സംഭവമാണ്. ഒരു സംഭവത്തിന്റെ 'സംഭാവ്യത' ഷ്രോഡിംഗർ തരംഗഫലനം (Wave function) ψ യുടെ വർഗം (square) ആകുന്നു. ഒരു സംഭവത്തിന് ഒന്നിലധികം സാധ്യതകളുണ്ടെങ്കിൽ തരംഗഫലനം $\psi = \psi_1 + \psi_2$ ആയിരിക്കും. അതിന്റെ സംഭാവ്യത $(\psi_1 + \psi_2)^2$ ൽനിന്നും

കണ്ടുപിടിക്കാം. രണ്ടിൽ ഒന്ന് സംഭവിക്കുകയാണെങ്കിൽ ഒരു തരംഗഫലനം ഇല്ലാതാകും.

ഹാ! പ്രപഞ്ചം എത്ര സുന്ദരം !

ദൈവം സുന്ദരമായ ഗണിതശാസ്ത്രതത്വം പ്രയോഗിച്ചാണ് പ്രപഞ്ച സൃഷ്ടി നടത്തിയിരിക്കുന്നത്.

— പോൾ ഡിറാക്

പ്രപഞ്ചത്തെപ്പറ്റി മനസ്സിലാക്കാനുള്ള യത്നം മനുഷ്യജീവിത ത്തെ ഉദാത്തവൽക്കരിക്കാനുള്ള ചുരുക്കം ചില കാര്യങ്ങളിൽ ഒന്നാണ്.   — സ്റ്റീവൻ വൈൻബെർഗ്

6

വിചിത്രമായ ചില ക്വാണ്ടം പ്രതിഭാസങ്ങളും സാങ്കേതികവിദ്യകളും

6.1 ക്വാണ്ടം പൂച്ച-,ക്വാണ്ടം ബലതന്ത്രത്തിലെ ഒരു സമസ്യ

വീട്ടിൽ വളർത്തുന്ന നിങ്ങളുടെ പൂച്ച എവിടെയാണ് പതിവായിട്ട് കിടക്കാറുള്ളത്? എവിടെ വേണമെങ്കിലും കിടക്കാമെങ്കിലും മിക്കപ്പോഴും സോഫയിലോ തീൻമേശയ്ക്കടിയിലോ കിടക്കുന്നതായിരിക്കും അതിന് കൂടുതൽ ഇഷ്ടം. ക്ലാസിക്കൽ ബലതന്ത്രം പിന്തുടരുന്ന പക്ഷം സോഫയിലാണോ തീൻമേശയുടെ അടിയിലാണോ ഇപ്പോൾ കിട ക്കുന്നത് എന്ന് തീർത്തുപറയാൻ കഴിയും. സോഫയിൽ എവിടെ യെന്നോ മേശയ്ക്കടിയിൽ കൃത്യമായും ഏതു സ്ഥാനത്തെന്നോ ഉള്ള കാര്യം ഇപ്പോൾ പരിഗണിക്കുന്നില്ല.

ക്ലാസ്സിക്കൽ വീക്ഷണത്തിൽ പൂച്ചയെ രണ്ടവസ്ഥകളിൽ വർത്തി ക്കാൻ കഴിയുന്ന ഒരു വ്യൂഹമായി കണക്കാക്കാം. മുകളിലേക്കോ താഴേക്കോ നില (ചായ്മാനം) സ്വീകരിക്കാവുന്ന 'ഇലക്ട്രോൺ സ്പിൻ' എന്നപോലെ. ഇനി ക്ലാസിക്കൽ മെക്കാനിക്സും ക്വാണ്ടം മെക്കാനി ക്സും തമ്മിലുള്ള അന്തരം വ്യക്തമാക്കാം. ക്വാണ്ടം ബലതന്ത്രത്തിൽ ഏതെങ്കിലും വസ്തുവിന്റെ 'സ്ഥാനം' എന്നത് അർഥമില്ലാത്ത കാര്യ മാണ്. ക്ലാസ്സിക്കൽ ബലതന്ത്രം പിന്തുടർന്നാൽ "പൂച്ച എവിടെയാണെന്ന് അറിയില്ല" എന്നോ, അല്ലെങ്കിൽ "70 ശതമാനവും മേശയ്ക്കടിയിലായിരി ക്കാനാണ് സാധ്യത എന്നാണ് തോന്നുന്നത്" എന്നോ മറ്റോ പറയാം. ശരിയായ കാര്യം അറിയാത്തതുകൊണ്ടാണ് ഇങ്ങനെ പ്രസ്താവിച്ചത് എന്നു വ്യക്തമാണ്. നമുക്ക് അത് അറിയാമെങ്കിലും ഇല്ലെങ്കിലും പൂച്ച ഏതോ ഒരു പ്രത്യേക സ്ഥാനത്ത് കിടക്കുന്നുണ്ടെന്നതാണ് യഥാർഥ വസ്തുത.

ക്വാണ്ടം ബലതന്ത്രത്തിൽ പൂച്ച കിടക്കുന്ന സ്ഥാനത്തെ സംബന്ധി ച്ചിടത്തോളം യഥാർഥ വസ്തുത എന്നൊന്നില്ല. തരംഗഫലന (Wave function)ത്തെ ഉപാധിയാക്കി അവസ്ഥകളെ സൂചിപ്പിക്കുക മാത്രമേ ചെയ്യാൻ കഴിയുകയുള്ളൂ. പൂച്ച സോഫയിലാണ്, അല്ലെങ്കിൽ മേശയ്ക്കടിയിലാണ് എന്ന് സ്പഷ്ടമായി പറയാൻ കഴിയില്ല. ഇതായിരിക്കും പറയുക: "നമ്മൾ നോക്കുമ്പോൾ പൂച്ചയെ മേശയ്ക്കടിയിൽ കാണാ നുള്ള 'സംഭാവ്യത' (Prohability) 70 ശതമാനവും സോഫയിൽ കാണാ നുള്ള 'സംഭാവ്യത' 30 ശതമാനവും ആയിരിക്കും."

ഇപ്രകാരമുള്ള അപൂർണമായ അറിവും, ക്വാണ്ടം ബലതന്ത്രത്തിന്റെ സഹജമായ അനിശ്ചിതത്വവും തമ്മിലുള്ള വ്യത്യാസം ശ്രദ്ധിക്കേണ്ട താണ്. തരംഗഫലനം നൽകുന്ന സംഭാവ്യതകളിൽനിന്ന് യഥാർഥത്തിൽ പൂച്ചയെ മേശയ്ക്കടിയിൽ കാണാൻ 70 ശതമാനം സാധ്യതയുണ്ടെന്നും, സോഫയിൽ കാണാൻ 30 ശതമാനം സാധ്യതയുണ്ടെന്നും ധരിക്കേണ്ട തില്ല. 'യഥാർഥ സ്ഥാനം' എന്നത് ക്വാണ്ടം ബലതന്ത്രത്തിന് അന്യമായ സങ്കൽപ്പമാണ്. ക്വാണ്ടം അവസ്ഥ ഇവ രണ്ടിന്റെയും ഒരു സങ്കലനമാണ്. പൂച്ചയുടെ സ്ഥാനത്തെ സംബന്ധിച്ച് ക്വാണ്ടം ബലതന്ത്രം നൽകുന്ന വിവരണമാണ് യാഥാർഥ്യ ബോധത്തോടെയുള്ള വിവരണം എന്ന് അൽപ്പം ചിന്തിച്ചാൽ മനസ്സിലാകും.

6.2 EPR യുക്തിഭംഗം (EPR Paradox)

ക്വാണ്ടം സിദ്ധാന്തത്തിന്റെ വ്യാഖ്യാനം സംബന്ധിച്ച് ഐൻ സ്റ്റൈനും നീൽസ്ബോറും തമ്മിൽ 1927 ൽ അഞ്ചാം സോൾവെ കോൺ ഗ്രസിൽവച്ച് ആരംഭിച്ച സംവാദം 1955 ൽ ഐൻസ്റ്റൈന്റെ മരണം വരെയും തുടരുകയുണ്ടായി. ഈ വിഷയം സംബന്ധിച്ച് ഐൻസ്റ്റൈൻ മാക്സ്ബോണുമായും ചില കത്തിടപാടുകൾ നടത്തിയിരുന്നു. മുഖ്യ മായും ചില സാങ്കൽപ്പിക പരീക്ഷണങ്ങളുടെ അടിസ്ഥാനത്തിലായി രുന്നു ഈ ആശയവിനിമയം നടന്നത്.

എന്നാൽ ഈ സാങ്കൽപ്പിക പരീക്ഷണങ്ങളിലൂടെ ഒരു നിഗമന ത്തിലെത്താൻ കഴിഞ്ഞില്ല. പക്ഷേ, പിൽക്കാലത്ത് ലാബിൽ നടത്തിയ ഒരു യഥാർഥ പരീക്ഷണത്തിലൂടെ ലക്ഷ്യം കൈവരിക്കാനായി. പരീക്ഷ ണഫലം ബോറിന്റെ നിലപാടിന് അനുകൂലമായിരുന്നതായിട്ടാണ് ചരിത്ര രേഖകൾ സൂചിപ്പിക്കുന്നത്.

1930 കളുടെ ആദ്യനാളുകളിൽ ഐൻസ്റ്റൈന്റെ വ്യക്തിജീവിതം അസ്വസ്ഥതകൾ നിറഞ്ഞതായിരുന്നു. ജർമനിയിൽ നാസി ഭരണത്തിൻ കീഴിൽ യഹൂദന്മാർ പലവിധ പീഡനങ്ങൾക്കും ഇരയായി. ജന്മം കൊണ്ട് യഹൂദനായ ഐൻസ്റ്റൈൻ നാടുവിടേണ്ടിവന്നു. അമേരിക്കയിൽ എത്തിയ ഐൻസ്റ്റൈനെ പ്രിൻസ്ടൺ (Princeton) യൂണിവേഴ്സിറ്റി സ്വാഗതം ചെയ്തു. 1935 ഓടെ യൂണിവേഴ്സിറ്റിയിൽനിന്നും വളരെ

അകലെയല്ലാതെ പ്രിൻസ്ടണിൽത്തന്നെ സ്ഥിരതാമസമാക്കി. 1936 ൽ തന്റെ രണ്ടാം ഭാര്യ എൽസ (Elsa) ദീർഘകാലത്തെ അസുഖത്തെ തുടർന്ന് മരണമടഞ്ഞു. ഈ കാര്യങ്ങളെല്ലാം ഫിലോസഫി ഓഫ് ക്വാണ്ടം മെക്കാനിക്സ് (Philosophy of quantum mechanics) എന്ന കൃതിയിൽ മാക്സ് ജാമർ (Max Jammer) വിശദമായി വിവരിച്ചിട്ടുണ്ട്.

1935 ൽ പ്രിൻസ്ടൺ യൂണിവേഴ്സിറ്റിയിൽവച്ചാണ് പിൽക്കാലത്ത് ഐൻസ്റ്റൈൻ പൊഡോൾസ്കി - റോസൻ യുക്തിഭംഗം (EPR Paradox) എന്നറിയപ്പെടുന്ന നിരീക്ഷണം നടത്തിയത്. ആൽബർട്ട് ഐൻ സ്റ്റൈൻ, ബോറിസ് പൊഡോൾസ്കി (BorisPodolsky), നാഥൻ റോസൻ (Nathan Rosan) എന്നിവർ ചേർന്ന് ആസൂത്രണം ചെയ്ത ഒരു പരീ ക്ഷണം ആയിരുന്നു ഇതിനടിസ്ഥാനം.

പരസ്പരം പ്രതിപ്രവർത്തനത്തിലേർപ്പെട്ട A, B എന്ന രണ്ടുകണ ങ്ങൾ പിന്നീട് നിശ്ചിത ദൂരം അകന്നു മാറുന്നു. ഓരോ കണത്തിനും സ്ഥാനവും (position) സംവേഗവും (momentum) ഉണ്ട്. ഈ രണ്ടംഗ വ്യൂഹത്തിന്റെ ആകെ സംവേഗം സംരക്ഷിതം (conserved) ആകയാൽ ഒന്നിന്റെ സംവേഗം കണ്ടുപിടിച്ചാൽ മറ്റതിന്റെ സംവേഗം അറിയാൻ കഴി യും. അതുപോലെതന്നെ ആദ്യത്തെ കണത്തിന്റെ സ്ഥാനം കൃത്യമായി കണ്ടുപിടിച്ചാൽ രണ്ടാമത്തേതിന്റെ സ്ഥാനം അതിൽനിന്നും മനസ്സി ലാക്കാം.

എന്നാൽ ക്വാണ്ടം സിദ്ധാന്തമനുസരിച്ച് A യുടെ സംവേഗം കൃത്യ മായി നിർണയിക്കുന്ന പ്രക്രിയയിൽ അതിന്റെ സ്ഥാനത്തിന് മാറ്റം വരു മല്ലോ. അതുപോലെതന്നെ A യുടെ കൃത്യമായ സ്ഥാനനിർണയം സംവേഗത്തിനു മാറ്റം വരുത്തുന്നു. അതിനാൽ സംവേഗം കൃത്യമായി നിർണയിക്കാൻ കഴിയാതെ വരും. ക്വാണ്ടം സിദ്ധാന്തം തൽസ്ഥാനീയ സംഭവങ്ങളുടെ കാര്യകാരണബന്ധം (causality) മാനിക്കുന്നില്ല എന്നും ചൂണ്ടിക്കാണിക്കപ്പെട്ടു. മിക്ക ഭൗതികശാസ്ത്രജ്ഞരിലും ഇത് ഞെട്ട ലുളവാക്കി എന്നുതന്നെ പറയാം. എന്തെന്നാൽ കാര്യകാരണബന്ധം അവരുടെ ദൃഷ്ടിയിൽ അനിഷേധ്യമാണ്.

കാര്യകാരണബന്ധത്തിന്റെ മൗലികമായ ആശയം എന്തെന്ന് നോക്കാം: അകലെ നടക്കുന്ന സംഭവം അതേസമയംതന്നെ നേരിട്ട് ഇവിടെ സ്ഥിതിചെയ്യുന്ന വസ്തുക്കളെ സ്വാധീനിക്കുക സാധ്യമല്ല. അകലെയുള്ള ഒരു ഗ്രാമത്തിൽ അഗ്നിബാധ ഉണ്ടായാൽ നിങ്ങളെ അത് നേരിട്ട് ബാധിക്കുകയില്ലല്ലോ. ഒരു സുഹൃത്ത് ഫോണിലൂടെ ആ സംഭവ ത്തിന്റെ വിവരം തത്സമയം നിങ്ങളെ അറിയിച്ചേക്കാം. എന്നാൽ വിവരം അറിയുന്നതുകൊണ്ട് പ്രത്യക്ഷാനുഭവം ഉണ്ടാകുന്നില്ല. അവിടുത്തെ അഗ്നിബാധയുടെ ഫലമായി ഇവിടെ പുക ഉണ്ടാകുകയില്ലല്ലോ. "തീയി ല്ലാതെ പുക ഉണ്ടാകുമോ" എന്ന നാടൻ ചൊല്ലും കാര്യകാരണ ബന്ധ ത്തെപ്പറ്റി ചിന്തിക്കുമ്പോൾ പ്രസക്തമാണ്.

ക്വാണ്ടം സിദ്ധാന്തം കാര്യകാരണബന്ധം മാനിക്കുന്നില്ല എന്നതിന് ദൃഷ്ടാന്തമാണ് താഴെ വിവരിക്കുന്ന പ്രതിഭാസം.

6.3 'ടണലിങ്' എന്ന ക്വാണ്ടം പ്രതിഭാസം

മറ്റൊരു വിചിത്രമായ ക്വാണ്ടം പ്രതിഭാസമാണ് 'ടണലിങ്' (Tunneling).

ചെറിയൊരു സ്ഫടികഗോളം ഒരു കപ്പിനകത്ത് ഇട്ടിരുന്നാൽ ബാഹ്യബലം പ്രയോഗിക്കാത്തിടത്തോളംകാലം അതവിടെത്തന്നെ കിടക്കുമെന്ന് നമുക്കറിയാം. എന്നാൽ ഒരു സൂക്ഷ്മ കണത്തിന്റെ കഥ വ്യത്യസ്തമാണ്. സൂക്ഷ്മ കണത്തിന് ക്വാണ്ടം ബലതന്ത്രനിയമങ്ങളാണ് ബാധകം. കണത്തിന്റെ വിവരണത്തിന് തരംഗഫലനം (Wave function) ആണല്ലോ ഉപയോഗിക്കുന്നത്. കണം ഒരു ഇലക്ട്രോൺ ആണെന്നിരിക്കട്ടെ. ഇലക്ട്രോണിന്റെ തരംഗഫലനം ഷ്രോഡിംഗർ സമീകരണം നിർധാരണം ചെയ്ത് കണ്ടുപിടിക്കാം. കപ്പിനകത്ത് മാത്രമല്ല ഫലനത്തിന്റെ സാന്നിധ്യം, പുറത്തും ഉണ്ടായിരിക്കും. ഇലക്ട്രോണിനെ ഭിത്തിക്കു പുറത്തു കാണുന്നതിനും കുറഞ്ഞൊരു സാധ്യത ഉണ്ടെന്നാണ് ഇതിൽനിന്ന് മനസ്സിലാകുന്നത്. ഈ പ്രതിഭാസം ക്വാണ്ടം മെക്കാനിക്കൽ ടണലിങ് (Quantum mechanical Tunnelling) എന്നറിയപ്പെടുന്നു. ഇതിനു സമാനമായൊരു സാഹചര്യം ക്ലാസ്സിക്കൽ ഭൗതികത്തിൽ ഇല്ല. ക്ലാസ്സിക്കൽ ഭൗതികത്തിൽ ഒരു കണത്തിന് നേരിടേണ്ടിവരുന്ന പൊട്ടൻഷ്യൽ പ്രതിബന്ധം തരണം ചെയ്യാൻ കഴിയണമെങ്കിൽ പ്രതിബന്ധത്തേക്കാൾ ഉയർന്നതോതിൽ ഊർജ്ജം ഉണ്ടായിരിക്കണം. കുറവാണെങ്കിൽ പ്രതിബന്ധത്തിൽ തട്ടി പ്രതിഫലിച്ച് പിൻവാങ്ങേണ്ടിവരും.

ക്വാണ്ടം ബലതന്ത്രത്തിന്റെ സ്ഥിതി അതല്ല. കണത്തിന്റെ ഊർജ്ജം പ്രതിബന്ധത്തേക്കാൾ കുറവാണെങ്കിൽപ്പോലും മറുവശത്തെത്താൻ ഒരു നിശ്ചിത സംഭാവ്യത ഉണ്ടെന്നതാണ് രസകരമായ വസ്തുത. കണം ഭിത്തിക്കു മുകളിലൂടെ ചാടിക്കടക്കുകയല്ല ചെയ്യുന്നത്. മറിച്ച്, ഭിത്തി തുരന്ന് മറുവശത്തെത്തുകയാണ്. ഈ പ്രതിഭാസമാണ് 'ടണലിങ്' (tunnelling). ഇത് തികച്ചും ഒരു ക്വാണ്ടം ബലതന്ത്ര പ്രതിഭാസമാണ്. ന്യൂക്ലിയർ ഫിസിക്സിലെയും സോളിഡ്സ്റ്റേറ്റ് ഫിസിക്സിലെയും ഇലക്ട്രോണിക്സിലെയും മറ്റും ചില നിരീക്ഷണങ്ങൾ വിശദീകരിക്കുന്നത് ഇതിനെ ആധാരമാക്കിയാണ്.

ഇലക്ട്രോണിക്സ് രംഗത്ത് വ്യാപകമായി ഉപയോഗത്തിലുള്ള ട്രാൻസിസ്റ്ററുകൾ, ടണൽ ഡയോഡുകൾ തുടങ്ങിയവയും ചില ഇലക്ട്രോണിക് ഉപകരണങ്ങളും ടണലിങ് പ്രതിഭാസം ആധാരമാക്കി നിർമിച്ചിട്ടുള്ളവയാണ്. ചിലതരം ഇലക്ട്രോണിക് വാച്ചുകളുടെ നിർമാണത്തിലും ക്വാണ്ടം ടണലിങ് ഉപയോഗപ്പെടുത്തുന്നുണ്ട്.

സ്വാഭാവിക റേഡിയോ ആക്ടീവതയുടെ ഫലമായി വിമോചിത

മാകുന്ന ആൽഫാകണം (α-particle) അണുകേന്ദ്രത്തിൽനിന്നും പുറ
ത്തുവരുന്നതും ക്വാണ്ടം ടണലിങ് വഴിയാണ്. ന്യൂക്ലിയസ് സൃഷ്ടിക്കുന്ന
പൊട്ടെൻഷ്യൽ പ്രതിബന്ധം (Potential barrier) സാധാരണ രീതിയിൽ
തരണം ചെയ്യാനുള്ള ഊർജ്ജം ഈ കണത്തിനുണ്ടായിരിക്കുകയില്ല.
ക്വാണ്ടം ടണലിങ്ങിന്റെ അടിസ്ഥാനത്തിൽ മാത്രമേ ഈ പ്രക്രിയയും
മനസ്സിലാക്കാൻ കഴിയുകയുള്ളൂ.

6.4 ക്വാണ്ടം ടെലിയാത്ര (Quantum Teleportation)

ശാസ്ത്രസാങ്കേതിക വിദ്യകളെ ആധാരമാക്കിയുള്ള കൽപ്പിത
കഥകൾക്ക് ഏറെ വിഷയമായിട്ടുള്ള ഒരു വിചിത്ര ക്വാണ്ടം പ്രതിഭാസ
മാണ് 'ടെലിയാത്ര.' ഒരു സ്ഥലത്തുനിന്ന് മറ്റൊരു സ്ഥലത്തേക്ക് ഒരു
വാഹനത്തിന്റെ സഹായമില്ലാതെയും, ദൂരം താണ്ടുന്നതിന്റെ ക്ലേശം
അനുഭവപ്പെടാതെയും ഉള്ള അനായാസ യാത്ര!

ക്വാണ്ടം ടെലിയാത്ര സ്ഥൂല വസ്തുക്കളുടെ കാര്യത്തിൽ സംഭവ്യ
മായിട്ടില്ലെങ്കിലും ഫോട്ടോൺ പോലുള്ള സൂക്ഷ്മകണത്തിന് അത്
പരീക്ഷണശാലയിലെ യാഥാർഥ്യമായി തീർന്നിട്ടുണ്ട്.

ക്വാണ്ടം ടെലിയാത്രയ്ക്ക് അടിസ്ഥാനം ക്വാണ്ടം ബലതന്ത്രത്തിന്റെ
ചില മൗലികമായ ആശയങ്ങൾ ആണ്. പ്രത്യക്ഷത്തിൽ സാമാന്യബു
ദ്ധിക്ക് നിരക്കാത്തതെന്ന് തോന്നിക്കുന്ന ചില കാര്യങ്ങൾ തുടക്കം മുതൽ
തന്നെ ക്വാണ്ടം ഭൗതികത്തിന് വിഷയമായിട്ടുണ്ട്. 20-ാം നൂറ്റാണ്ടിന്റെ
അവസാന ദശകങ്ങളിൽ പല വിധത്തിലുള്ള പരീക്ഷണങ്ങളിലൂടെ
ക്വാണ്ടം സിദ്ധാന്തത്തിന്റെ മിക്ക അടിസ്ഥാന നിഗമനങ്ങളും, ചിലപ്പോൾ
വിചിത്രമായ സാധ്യതകളും സ്ഥാപിക്കാൻ ശാസ്ത്രജ്ഞർ ശ്രമിച്ചിട്ടുണ്ട്.

ഐൻസ്റ്റൈൻ ആപേക്ഷിക സിദ്ധാന്തത്തിലൂടെ സ്ഥാപിച്ചിട്ടുള്ള
വേഗതയുടെ പരമാവധി പരിധിയും ലംഘിച്ച് നിമിഷാർധങ്ങൾകൊണ്ട്
അചിന്ത്യമായ ദൂരങ്ങളിലേക്ക് പറന്നു പോകുന്നതിന്റെ മതിഭ്രമമുള
വാക്കുന്ന വിവരണങ്ങൾ 'സയൻസ് ഫിക്ഷൻ' കഥകളിൽ കാണാം.

മുകളിൽ സൂചിപ്പിച്ചതുപോലെ ക്ലേശരഹിതമായ യാത്രയാണ്
ടെലിയാത്ര. 'സ്റ്റാർ ട്രെക്കി' (Star Trek) ന്റെ സ്രഷ്ടാവ് ജീൻ റോഡൻ
ബെറി (Jean Roddenberry) ഒരു വിചിത്രമായ കിരണപുഞ്ജത്തിൽ
കയറി വിചിത്രമായ ഗ്രഹങ്ങളിലേക്കുള്ള യാത്രയെപ്പറ്റി വിവരിച്ചിട്ടുണ്ട്.
പ്രസ്തുത 'വാഹന'ത്തിന്റെ ദിശക്രമപ്പെടുത്തി ഇറങ്ങാനും ഉയർന്നു
പൊങ്ങാനും അനായാസം സാധിക്കും.

എല്ലാ കഥകളിലും ടെലിയാത്രയുടെ വിവരണം ഒരുപോലെയല്ല.
എന്നാൽ സാമാന്യമായിട്ടിപ്രകാരമാണെന്നു പറയാം:

"ഒരു വസ്തുവിനെ അതായിട്ടുതന്നെ കാണാൻ ഉപകരിക്കുന്ന
വിശദാംശങ്ങൾ ഒരു അനുയോജ്യമായ സംവിധാനം ഉപയോഗിച്ച്
'സ്കാൻ' (Scan) ചെയ്യുന്നു. ഇങ്ങനെ ലഭിക്കുന്ന വിവരം ഒരു പ്രക്ഷേ

പിണി (Transmitter) യുടെ സഹായത്തോടെ വിദൂരസ്ഥമായ ലക്ഷ്യ സ്ഥാനത്തേക്ക് പ്രക്ഷേപണം ചെയ്യുന്നു. അതുപയോഗിച്ച് അവിടെ വസ്തുവിന്റെ ശരിയായ രൂപം പുനഃസൃഷ്ടിക്കുന്നു. ചില സന്ദർഭങ്ങളിൽ വസ്തുവിന്റെ ഘടകമായ ദ്രവ്യത്തെത്തന്നെയും ഒരുതരം ഊർജ്ജരൂപ ത്തിൽ വിക്ഷേപിക്കാറുണ്ട്. അല്ലാത്ത സന്ദർഭങ്ങളിൽ ലക്ഷ്യസ്ഥാനത്ത് ലഭ്യമായ ആറ്റങ്ങളും തന്മാത്രകളും ഇതിനായി ഉപയുക്തമാക്കും.”

ഹൈസർബെർഗിന്റെ അനിശ്ചിതത്വ തത്വം ഈ പ്രക്രിയ അസാ ധ്യമാക്കി തീർക്കില്ലേ എന്നും ന്യായമായും സംശയിക്കാം. കാരണം, സ്ഥാനവും വേഗതയും ഒരേസമയം കൃത്യതയോടെ നിർണയിക്കാനാവി ല്ലെന്നതാണല്ലോ അനിശ്ചിതത്വ തത്വത്തിന്റെ സാരം. ഈ പ്രതിബന്ധം മറികടക്കാനുള്ള ഉപായം 1993 ൽ ഒരു സംഘം ശാസ്ത്രജ്ഞർ കണ്ടു പിടിച്ചു. ക്വാണ്ടം ബലതന്ത്രത്തിലെ ‘വ്യാമിശ്രണം’ (Entanglement)* എന്ന പ്രതിഭാസം ഇതിനായി അവർ ഉപയോഗപ്പെടുത്തി. IBM ലെ ചാൾസ് ബെന്നെറ്റ്, മോൺട്രിയാൽ യൂണിവേഴ്സിറ്റിയിലെ റിച്ചാർഡ് ജോസാ (Richard Josza) ഇസ്രായേൽ ഇൻസ്റ്റിറ്റ്യൂട്ട് ഓഫ് ടെക്നോളജി യിലെ ആഷെർ പെരെസ് (Asher Peres) വില്യംസ് കോളേജിലെ വില്യം കെ വൂട്ടേഴ്സ് (William K Wootters) എന്നിവരായിരുന്നു സംഘത്തിലെ അംഗങ്ങൾ.

ക്വാണ്ടം ടെലിയാത്രയുടെ ഒരു ‘ഡെമോൺസ്ട്രേഷൻ’ 1998 ൽ അൾട്രാവയലറ്റ് ഫോട്ടോൺ ഉപയോഗിച്ച് ‘കാലിഫോർണിയ ഇൻസ്റ്റിറ്റ്യൂട്ട് ഓഫ് ടെക്നോളജി’ യിൽ നടക്കുകയുണ്ടായി. 2004 ൽ യൂണിവേഴ്സിറ്റി ഓഫ് വിയെന്നയിലെ ഭൗതികശാസ്ത്ര ഗവേഷകർ പ്രകാശകണങ്ങളെ ഡാന്യൂബ് നദിയുടെ അടിത്തട്ടിലൂടെ 600 മീറ്റർ ദൂരത്തേക്ക് ഫൈബർ ഒപ്ടിക് കേബിളിലൂടെ ‘ടെലിയാത്ര’ ചെയ്യിപ്പിച്ച് റെക്കോർഡ് സൃഷ് ടിക്കുകയുണ്ടായി. അയച്ച ആൾ നദിയുടെ ഒരുവശത്തും സ്വീകർത്താവ് മറുവശത്തും നിന്നിരുന്നു. ഈ പരീക്ഷണങ്ങളെ വിമർശനബുദ്ധ്യാ കണ്ടവർ കൽപ്പിത കഥകളിലെ മനുഷ്യരുടെ സ്ഥാനത്ത് ഇവിടെ ഫോ ട്ടോണുകളെ (പ്രകാശകണങ്ങളെ) ആണല്ലോ ‘ടെലിപോർട്ട്’ ചെയ്ത തെന്ന് ചൂണ്ടിക്കാട്ടി. പിന്നീട്, 2004 ൽ പ്രകാശകണങ്ങൾക്കുപകരം ആറ്റ ങ്ങൾ ഉപയോഗിച്ച് പരീക്ഷണം ആവർത്തിച്ചു. വാഷിങ്ടൺ ഡി സിയിൽ നാഷണൽ ഇൻസ്റ്റിറ്റ്യൂട്ട് ഓഫ് ടെക്നോളജിയിൽ മൂന്ന് ബെറിലിയം ആറ്റങ്ങളെ ഈ പരീക്ഷണത്തിനു വിധേയമാക്കി. ഈ നേട്ടത്തിന്റെ പ്രാധാന്യം കണക്കിലെടുത്ത് പ്രശസ്തമായ നേച്ചർ (Nature) എന്ന സയൻസ് ജേർണൽ വമ്പിച്ച പ്രാധാന്യത്തോടെ ഇത് റിപ്പോർട്ടു ചെയ്തു. മറ്റൊരു ഗവേഷക സംഘം കാത്സ്യം ആറ്റങ്ങൾ ഉപയോഗിച്ചും പരീക്ഷ ണം വിജയകരമായി നടത്തുകയുണ്ടായി. 2006 ൽ ഡെൻമാർക്കിലെ

---

*   ഇതിന്റെ സാങ്കേതിക വിശദാംശങ്ങൾ സാമാന്യവായനയ്ക്കുള്ള പുസ്തകത്തിൽ ഉൾപ്പെടുത്തുന്നത് ഉചിതമല്ല.

നീൽസ്ബോർ ഇൻസ്റ്റിറ്റ്യൂട്ടിലും, ജർമനിയിലെ മാക്സ് പ്ലാങ്ക് ഇൻസ്റ്റി റ്റ്യൂട്ടിലും നടന്ന പരീക്ഷണങ്ങളായിരുന്നു ഏറ്റവും ശ്രദ്ധേയം. കോടി ക്കണക്കിന് ആറ്റങ്ങളുടെ സംഘാതത്തെയാണ് ഇവിടങ്ങളിൽ 'ടെലി യാത്ര'യ്ക്കുപയോഗിച്ചത്.

6.5 ടെലിയാത്രാരംഗത്ത് പുതിയ മുന്നേറ്റങ്ങൾ

2007 ൽ പുതിയൊരു മുന്നേറ്റത്തിന്റെ വാർത്ത വന്നു. വ്യാമിശ്രണ ത്തിന്റെ (entanglement) ആവശ്യമില്ലാതെതന്നെ ടെലിയാത്ര സാധ്യ മാണെന്ന് ഭൗതിക ശാസ്ത്രജ്ഞർ തെളിയിച്ചു. വ്യാമിശ്രണം ആണ് ടെലിയാത്രയിലെ ഏറ്റവും വിഷമകരമായ പ്രശ്നം. ഇതിനു പരിഹാരം കണ്ടാൽ മറ്റുപല പുതിയ സാധ്യതകളും തെളിഞ്ഞുവരും.

ആസ്ട്രേലിയയിലെ ബ്രിസ്ബെയിനിൽ (Brisbane) ആസ്ട്രേലിയൻ റിസർച്ച് കൗൺസിലിന്റെ കീഴിൽ പ്രവർത്തിക്കുന്ന 'സെന്റർ ഓഫ് എക്സെലൻസ് ഫോർ ക്വാണ്ടം ഓപ്ടിക്സ്' (Centre of Excellence for Quantum Optics) എന്ന സ്ഥാപനത്തിൽ ഭൗതികശാസ്ത്ര ഗവേഷ കനായ ആസ്റ്റൺ ബ്രാഡ്ലി (Aston Bradley) പറയുന്നു:

"ഞങ്ങൾക്ക് 50000 കണങ്ങളെ ഒരു സ്ഥാനത്ത് അപ്രത്യക്ഷ മാക്കിയിട്ട് മറ്റൊരു സ്ഥാനത്ത് പ്രത്യക്ഷപ്പെടുത്താൻ കഴിഞ്ഞു." പുതി യൊരു ടെലിയാത്രാ സമ്പ്രദായത്തെപ്പറ്റിയാണ് ബ്രാഡ്ലി സൂചിപ്പിച്ചത്. "ഞങ്ങളുടെ പദ്ധതി ശാസ്ത്രകഥകളിലെ വിവരണവുമായി വളരെ സാദൃശ്യം പുലർത്തുന്ന ഒന്നാണ്" എന്ന അവകാശവാദവും ഉന്നയിക്കുക യുണ്ടായി. ബ്രാഡ്ലിയുടെയും സഹപ്രവർത്തകരുടെയും സമീപന മിതായിരുന്നു: റുബീഡിയം ആറ്റങ്ങളിലെ വിവരങ്ങൾ (information) മുഴു വനും പ്രകാശകിരണങ്ങളിൽ സംക്രമിപ്പിച്ചു. എന്നിട്ട് അതിനെ ഒരു ഫൈബർ ഓപ്ടിക് കേബിൾ വഴി ഒരു വിദൂരസ്ഥാനത്ത് എത്തിച്ചു. അവി ടെവെച്ച് പ്രസ്തുത വിവരങ്ങളിൽനിന്നും മൂല ആറ്റങ്ങളെ പുനഃസൃഷ്ടി ക്കുകയും ചെയ്തു. ഈ അവകാശവാദം ശരിയാണെങ്കിൽ ടെലിയാത്ര യിലെ ചില മുഖ്യപ്രശ്നങ്ങൾക്ക് അതോടെ പരിഹാരം കണ്ടെത്താൻ കഴിഞ്ഞു എന്നു കരുതാവുന്നതാണ്. ക്രമേണ വലിപ്പംകൂടിയ വസ്തു ക്കളെ 'ടെലിപോർട്ടേഷൻ' വിധേയമാക്കാനുള്ള സാധ്യത വർധിച്ചു എന്നും കരുതാം.

പുരാതനകാലത്ത് ഋഷീശ്വരന്മാർക്കും ദേവന്മാർക്കും അസുര ന്മാർക്കും ഒരുപക്ഷേ ഭൂലോക വാസികൾക്കും 'ടെലിപോർട്ടേഷൻ ടെക്നിക്' (ടെലിയാത്രയുടെ സാങ്കേതിക വിദ്യ) വശമായിരുന്നു എന്നു വേണം പുരാണകഥകളിൽനിന്ന് മനസ്സിലാക്കേണ്ടത്. നാരദ മഹർ ഷിയുടെയും മറ്റും ലോകാന്തരയാത്രകൾ പുരാണ പ്രസിദ്ധമാണല്ലോ.

6.6 ക്വാണ്ടം കമ്പ്യൂട്ടറുകൾ

ക്വാണ്ടം ടെലിയാത്രയുടെ ഭാവി ക്വാണ്ടം കമ്പ്യൂട്ടറുകളെ ആശ്രയി

ച്ചിരിക്കുന്നുവെന്ന് പറയാം. രണ്ടിന്റെയും അടിസ്ഥാനം ഒരേ ക്വാണ്ടം ഭൗതികവും ടെക്നോളജിയും ആണ്. ഭാവിയിൽ ഒരിക്കൽ നമുക്ക് പരിചി തമായ ഡിജിറ്റൽ കമ്പ്യൂട്ടറുകളുടെ സ്ഥാനത്ത് ക്വാണ്ടം കമ്പ്യൂട്ടറുകൾ പ്രചാരത്തിലാകും. വാസ്തവത്തിൽ ലോകസമ്പദ്‌വ്യവസ്ഥ തന്നെ അത്തരം കമ്പ്യൂട്ടറുകളിലധിഷ്ഠിതമാകും. അതിനാൽ വമ്പിച്ച വാണി ജ്യപ്രാധാന്യം ഈ സാങ്കേതികവിദ്യകൾക്കുണ്ട്. 'സിലിക്കൺ വാലി' (Silicon Valley) യെ വെല്ലുവിളിക്കാൻ പോന്ന നിലയിൽ ക്വാണ്ടം കമ്പ്യൂട്ടിങ് വളർന്ന് വികസിക്കും എന്ന കാര്യത്തിൽ സംശയമില്ല.

0, 1 എന്നീ രണ്ടുസംഖ്യകളുടെ അടിസ്ഥാനത്തിലുള്ള ബൈനറി സംഖ്യാസമ്പ്രദായം (Binary Number System) ആണ് സാധാരണ കമ്പ്യൂ ട്ടറുകളിൽ പിന്തുടരുന്നത്. എന്നാൽ അവയ്ക്കിടയിലുള്ള എല്ലാ സംഖ്യ കളും ക്വാണ്ടം കമ്പ്യൂട്ടറുകളിൽ പ്രസക്തമാണ്. ഒരു ആറ്റം കാന്തിക ക്ഷേത്രത്തിൽ (Magnetic field) സ്ഥിതിചെയ്യുന്നുവെന്ന് കരുതുക. അതിന്റെ ഇലക്ട്രോൺ സ്പിൻ മുകളിലേക്കോ താഴേക്കോ ആകാം. എന്നാൽ ഒരേ സമയം ഈ രണ്ട് ചായ്‌മാനങ്ങളും അത് സ്വീകരിക്കുക യില്ലെന്ന് വ്യക്തമാണ്. പക്ഷേ, ക്വാണ്ടം സിദ്ധാന്തപ്രകാരം ആറ്റത്തിന്റെ അവസ്ഥ രണ്ട് സാധ്യതകളും കൂടിച്ചേർന്നതാണ്. അതായത്, മുകളി ലേക്കും താഴേക്കും ഉള്ള സ്പിൻ അവസ്ഥകൾ സംയോജിച്ചത്. ക്വാണ്ടം ലോകത്ത് ഒരോ വസ്തുവും അതിനനുവദനീയമായ എല്ലാ അവസ്ഥകളു ടെയും അധ്യാരോപത്താൽ (superposition) വിവരിക്കപ്പെടുന്നു. സ്ഥൂല വസ്തുക്കളുടെ പ്രപഞ്ചത്തിലേക്ക് ഈ ആശയം വ്യാപിപ്പിച്ചാൽ ഒരു പൂച്ച ജീവിക്കുന്ന അവസ്ഥയിലോ ജീവനില്ലാത്ത അവസ്ഥയിലോ എന്നു പറയാനാവില്ല. രണ്ടുംചേർന്ന വിചിത്രമായ ഒരവസ്ഥയിലാണെന്നു പറയേണ്ടിവരും.

ക്വാണ്ടം കമ്പ്യൂട്ടറുകൾ ഇപ്പോഴും ശൈശവദശയിലാണ്. ക്വാണ്ടം കമ്പ്യൂട്ടറുകളും ക്വാണ്ടം ടെലിയാത്രയും നേരിടുന്ന ഒരു പ്രശ്നം സംബ ദ്ധത (coherence)യുടേതാണ്. കോടിക്കണക്കിന് ആറ്റങ്ങൾ ഏകതാന മായി കമ്പനം ചെയ്യേണ്ടതുണ്ട്. ഇത് ഉറപ്പുവരുത്താൻ കഴിഞ്ഞാൽ, അതി നുള്ള സാങ്കേതികവിദ്യ വശഗതമായാൽ അത് വമ്പിച്ചൊരു മുന്നേറ്റമാ യിരിക്കും.

CIA പോലുള്ള രഹസ്യാന്വേഷണ ഏജൻസികൾക്കും സ്ഥാപന ങ്ങൾക്കും ക്വാണ്ടം കമ്പ്യൂട്ടറിൽ പ്രത്യേക താൽപ്പര്യമുണ്ട്. ക്വാണ്ടം കമ്പ്യൂട്ടറിന്റെ സഹായത്തോടെ ഏത് രഹസ്യകോഡും (secret code) ഭഞ്‌ജിക്കാൻ (break) കഴിയുമത്രെ. അങ്ങനെ അന്യ ഏജൻസികളുടെ യും രാഷ്ട്രങ്ങളുടെയും രഹസ്യങ്ങൾ ചോർത്തിയെടുക്കാൻ കഴിയു മെന്നു സാരം. ലോകത്ത് നിലവിലുള്ള അനേകം രഹസ്യകോഡുകൾ ഭേദിക്കാൻ ഒരു 'മാസ്റ്റർ' താക്കോൽ മതിയായേക്കും. ലോക സമ്പദ്‌വ്യവ

സ്ഥയെതന്നെ ക്വാണ്ടം കമ്പ്യൂട്ടറുകൾ ശക്തമായി സ്വാധീനിക്കുമെന്നും വിശ്വസിക്കുന്ന വിദഗ്ധരുണ്ട്.

രണ്ടുകാര്യങ്ങൾ ഒരേ സമയം സംഭവിക്കുക എന്ന ആശയമാണ് ക്വാണ്ടം അഭികലനത്തിൽ (Quantum computing) അന്തർലീനമായിരി ക്കുന്നത്. എങ്ങനെയെന്നാൽ അർധസുതാര്യമായ സ്ഫടികത്തിൽ പതിക്കുന്ന ഫോട്ടോൺ അതിൽ തട്ടി പ്രതിഫലിക്കുകയും, അതേസമയം അതിലൂടെ കടന്നുപോകുകയും ചെയ്യുന്നതുപോലെ. അല്ലെങ്കിൽ ഒരു ഫോട്ടോൺ അടുത്തടുത്തുള്ള രണ്ടു ദ്വാരങ്ങളിലൂടെ ഒരേ സമയം കടന്നുപോകുന്നതുപോലെ. വിചിത്രമായ ക്വാണ്ടം പ്രതിഭാസമാണിത്. ക്വാണ്ടം കമ്പ്യൂട്ടറിൽ ഈ രണ്ടു സംഭവങ്ങൾ എന്നത് വ്യത്യസ്തമായ അഭികലനങ്ങൾ (Computations) ആയിരിക്കും. രണ്ട് അഭികലനങ്ങൾ ഒരേ സമയം നടത്തുന്നതുവഴി സമയം ലാഭിക്കാൻ കഴിയും എന്ന മെച്ചമുണ്ട്. ഇത് രണ്ടുകമ്പ്യൂട്ടറുകൾ ഒരേസമയം പ്രവർത്തിപ്പിച്ച് നേടാവുന്നതേ ഉള്ളൂ. എന്നാൽ, നിരവധി അഭികലനങ്ങൾ ഒരുമിച്ച് ചെയ്യാൻ കഴിയുമെന്നതാണ് ക്വാണ്ടം കമ്പ്യൂട്ടറിന്റെ യഥാർഥ മേന്മ.

'ലോജിക് ഗേറ്റുകൾ' (logic gates) യഥോചിതം സംയോജിപ്പി ച്ചാണല്ലോ സാധാരണ കമ്പ്യൂട്ടറുകൾ നിർമിക്കുന്നത്. സാധാരണ ലോജിക് ഗേറ്റുകളുടെ സ്ഥാനത്ത് ക്വാണ്ടം അനുരൂപ ലോജിക് ഗേറ്റു കളായിരിക്കും ക്വാണ്ടം കമ്പ്യൂട്ടറിൽ ഉപയോഗിക്കുന്നത്.

ക്വാണ്ടം കമ്പ്യൂട്ടറിന്റെ നിർമാണവും ക്വാണ്ടം ടെലിയാത്രയും ഏറെക്കുറെ അപ്രായോഗികമാണെന്നുവേണം പറയുവാൻ. ഒരാളിന്റെ ടെലിയാത്ര സാധ്യമാകണമെങ്കിൽ അയാളുടെ ഒരു ഇരട്ടയെ സൃഷ് ടിക്കേണ്ടതുണ്ട്. അതെങ്ങനെ സാധിക്കുമെന്ന് ഇപ്പോൾ നമുക്കറിയില്ല.

ടെലിയാത്രയെ സംബന്ധിച്ചാണെങ്കിൽ ആറ്റത്തിന്റെ തലത്തിൽ മാത്രമേ അത് ഇപ്പോൾ സാധ്യമാകുകയുള്ളൂ. തന്മാത്രീയ (Molecular) തലത്തിൽപ്പോലും അത് യാഥാർഥ്യമാകണമെങ്കിൽ ഏതാനും ദശാബ്ദ ക്കാലം വേണ്ടിവരും. ഒരു സ്ഥൂലവസ്തുവിന്റെ ടെലിയാത്രയ്ക്ക് അനേക ദശാബ്ദക്കാലമോ ഒരുപക്ഷേ, നൂറ്റാണ്ടുകളോളമോ കാത്തിരിക്കേണ്ടി വന്നേക്കും. ഒരു മനുഷ്യന്റെ ടെലിയാത്ര സാധ്യമാകാൻ അനേക നൂറ്റാ ണ്ടുകൾ കഴിയണം.

6.7 ക്വാണ്ടം ഭൗതികം ഉൾക്കൊള്ളുന്ന ദാർശനിക വീക്ഷണം

പുതിയൊരു ദാർശനിക വീക്ഷണം ഉൾക്കൊള്ളുന്ന വിഷയമായി ക്വാണ്ടം ഭൗതികത്തെ പല ചിന്തകന്മാരും തിരിച്ചറിഞ്ഞിട്ടുണ്ട്. അതിന്റെ ഫലമായി 'ക്വാണ്ടം ഭൗതികവും സമഗ്രദർശനവും,' 'ക്വാണ്ടം ഭൗതികവും പൗരസ്ത്യ ദർശനങ്ങളും,' 'ക്വാണ്ടം ഭൗതികവും രോഗശാന്തിയും,' 'ക്വാണ്ടം ഭൗതികവും മനോവിഷയകമായ പ്രതിഭാസങ്ങളും' തുടങ്ങിയ

ശീർഷകങ്ങളിൽ അനവധി ലേഖനങ്ങളും പുസ്തകങ്ങളും പ്രസിദ്ധീ കൃതമായിട്ടുണ്ട്. എല്ലാറ്റിനെയും ഉൾക്കൊള്ളുന്ന വിശാലമായൊരു കാഴ്ചപ്പാടിന്റെ നിദർശനമായിട്ടുവേണം ഇവയെ കാണേണ്ടത്. ഇതിനെ ഒരു 'ക്വാണ്ടം ലോകവീക്ഷണം' (Quantum World View) എന്നു വിശേ ഷിപ്പിക്കാം.

എന്തായാലും മനുഷ്യാവബോധത്തിന്റെ ഭൗതികശാസ്ത്രം (Physics of consciousness) ഇനിയും വികസിച്ചിട്ടില്ലാത്തൊരു വിഷയമാണ്. അതിൽ തൽപ്പരരായ ശാസ്ത്രജ്ഞന്മാർ ഉണ്ടെന്ന കാര്യം വിസ്മരി ക്കുന്നില്ല. ഭാവിയിൽ ഈ ദാർശനിക സമസ്യക്കുത്തരം കണ്ടെത്താൻ ക്വാണ്ടം ഭൗതികം സമർഥമായേക്കുമെന്ന ശുഭാപ്തി വിശ്വാസത്തോടെ തൽക്കാലം ഈ രചനയ്ക്ക് അടിവര ഇടട്ടെ.

ഗ്രന്ഥസൂചി

1. *Quantum Questions,* Ed. Kenwilber, Random House Incorporated, Boston, USA.
2. *Physics of the Twentieth Century - History and Outlook,* Mir Publishers, Moscow.
3. *The New Physics,* Paul Davies (Editor), Cambridge University Press.
4. *Quantum Mechanics: Eugene Merzbacher,* University of North Carolina, Wiley International Edition, New York.
5. *Quantum Mechanics,* Landon and Lifshits, Pergamon Press, Oxford.
6. *Quantum Physics as the Language of Nature,* Heinz Pagels; Simon Schuster New York.
7. *A S Kompaneyets- Theoretical Physics,* Foreign Languages Publishing House, Moscow.
8. *Principles and Quantum Mechanics;* Paul Dirac, Oxford University Press.
9. *In Search of Schrodinger's Cat (Quantum Physics & Reality),* John Gribbin, Bantom Books, New York.
10. *Quantum Self:* Danah Zohar, Flamingo, Harper Collins Publisher.
11. *Quantum Philosophy,* Roland Omne's Universities Press, Hyderabad.

Printed by Libri Plureos GmbH in Hamburg, Germany